இன்னும் எரிந்துகொண்டிருக்கும் இரவின்மீது

(அயல்மொழிக் கவிதைகள்)

தமிழாக்கம்: வ.ஜெயதேவன்

டிஸ்கவரி பப்ளிகேஷன்ஸ்
எண்: 9, பிளாட் எண்: 1080A, ரோஹிணி பிளாட்ஸ்
முனுசாமி சாலை, கே.கே.நகர் மேற்கு,
சென்னை - 600 078. பேச: 99404 46650

வெளியீட்டு எண்: 0328

இன்னும் எரிந்துகொண்டிருக்கும் இரவின்மீது (கவிதை)
ஆசிரியர்: வ.ஜெயதேவன்©

Innum Erindhukondirukkum Iravinmeedhu (Poem)

Author: V.Jayadevan©
Print in India

1st Edition : October - 2024
ISBN No : 978-81-19541-44-7

Pages: 96

Rs: 120

Publisher • Sales Rights

Discovery Publications
No. 9, Plot,1080A, Rchini Flats,
Munusamy Salai,
K.K.Nagar West, Chennai - 78.
Tamilnadu, India.
Mobile: +91 99404 46650

Discovery Book Palace (P) Ltd
No. 1055-B, Munusamy Salai,
K.K.Nagar West,
Chennai-600 078.
Ph: (044) 4855 7525
Mobile: +91 87545 07070

discoverybookpalace@gmail.com / www.discoverybookpalace.com

இந்த நூலில் பிரசுரமாகியுள்ள எந்த ஒரு பகுதியையும் எழுத்துபூர்வமான முன்அனுமதி பெறாமல் எடுத்தாள்வதோ, மறுபிரசுரம் செய்வதோ, மொழியாக்கம் செய்வதோ, ஊடகங்களில் மறுபதிப்புச் செய்வதோ, காப்புரிமைச் சட்டப்படி தடை செய்யப்பட்டுள்ளது. இந்த நூலிலிருந்து சில பகுதிகளை மேற்கோள் காட்டி நூல் அறிமுகம் செய்யலாம்.

உங்கள் மொபைல் போனிலிருந்து ஸ்கேன் செய்து 'டிஸ்கவரி புக் பேலஸ்' மொபைல் ஆப்பை டவுன்லோடு செய்து, புத்தகங்களை வாங்குங்கள்.

வ.ஜெயதேவன்

அண்ணாமலைப் பல்கலைக்கழகத்தில் நிறைகலைப் பட்டம் (1971), தமிழ் அகராதியியல் வளர்ச்சி வரலாறு குறித்து ஆய்ந்து சென்னைப் பல்கலைக்கழகத்தில் முனைவர் பட்டம் (1979) ஆகியவை பெற்றவர்.

அமெரிக்காவிலுள்ள இல்லினாய்சு பல்கலைக்கழக மொழியியல் பேராசிரியராக விளங்கியவரும், 'அகராதியியல் தந்தை' எனப் போற்றப் பெறுபவருமான முனைவர் லாடிஸ்லாவ் சுகுஸ்தா அவர்களிடம் அகராதியியலில் நேர்முகப் பயிற்சி பெற்றவர்.

சென்னை விவேகானந்தர் கல்லூரியில் தமிழ்ப் பயிற்றுநராக ஈராண்டுகள் (1971-73) பணியாற்றியபின் சென்னைப் பல்கலைக் கழகத்தில் தமிழ் விரிவுரையாளராக 1973இல் பணியில் சேர்ந்து, இணைப்பேராசிரியர், பேராசிரியர், துறைத் தலைவர் எனப் படிப்படியாக உயர்ந்து 2007இல் பணி நிறைவுற்றவர்.

இவரது நெறியாளுகையில் ஒருவர் டி.லிட். பட்டமும், 39 பேர் முனைவர் பட்டமும், 78 பேர் ஆய்வியல் நிறைஞர் பட்டமும் பெற்றுள்ளனர்.

55 நூல்களையும் 150 கட்டுரைகளையும் எழுதியவர். 'மரணம் ஒருநாள் மரணிக்கும்', 'கவிதை ரோஜாக்கள்' ஆகிய இரு மொழி பெயர்ப்புக் கவிதை நூல்களின் ஆசிரியர். பால்ஸ் தமிழ்-தமிழ்-ஆங்கில அகராதி (2009), ஆக்ஸ்ஃபோர்டு ஆங்கிலம்-ஆங்கிலம்-தமிழ் அகராதி (2009), ஆக்ஸ்ஃபோர்டு காம்பாக்ட் ஆங்கிலம்-ஆங்கிலம்-தமிழ் அகராதி (2015) ஆகியவற்றின் மதியுரைஞர்.

தமிழக அரசின் கி.ஆ.பெ.விசுவநாதம் விருது (2013), கவிமுகில் அறக்கட்டளையின் திரு.வி.க. விருது (2013), ஈரோடு தமிழன்பன் அறக்கட்டளையின் வாழ்நாள் சாதனையாளர் விருது (2015), சென்னைக் கம்பன் கழகத்தின் நீதியரசர் மு.மு.இசுமாயில் நினைவுப்பரிசு (2018), பாரிசு மாநகரிலுள்ள பன்னாட்டு உயர்கல்வி நிறுவனத்தின் தமிழ் அகராதியியல் மூதறிஞர் விருது (2019), வாழ்நாள் சாதனைக்கான கவிமுகில் அறக்கட்டளையின் விருது (2022) ஆகியவை பெற்றவர்.

அழைப்பின் பேரில் மலேசியா, சிங்கப்பூர், மொரிசீயஸ், அமெரிக்கா, பிரான்சு ஆகிய நாடுகளுக்குக் கல்விப் பயணம் மேற்கொண்டவர்.

அணிந்துரை

முனைவர் **இராம.குருநாதன்**
தமிழ்ப் பேராசிரியர் (ப.நி.)
பச்சையப்பன் கல்லூரி, சென்னை.

அயல் மகரந்தங்களின் வாசம்

அயலகக் கவிதைகளைப் போற்றுவதும், அவற்றின் கருத்துகளை அறிந்துகொண்டு அவற்றை இலக்கு மொழியில் மொழிபெயர்ப்புச் செய்வதும் கடினம் என்பர். கவிதையை மொழிபெயர்க்க இயலாது (Poetry is untranslatable) என்ற கூற்றும் வழங்கிவருகிறது. காரணம், மூலமொழியின் கருத்தை உள்வாங்கிப் பெயர்ப்பு மொழியில் அப்படியே தருவது இயலாது என்ற கருத்தில் இவ்வாறு கூறுவர். மொழிபெயர்ப்பில் எது சிந்துகிறதோ அதுதான் கவிதை என்று இராபர்ட் பிராஸ்ட் (Poetry is what is lost in translation - Robert Frost) குறிப்பிடுவர். கவிதையை மொழிபெயர்ப்பதனால் அதன் ஆன்மா சிதைந்துவிடுவதாகவும் சிலர் சுட்டுவர். இத்தாலிய எழுத்தாளர் இடாலோ கால்வினோ என்பவர், மொழிபெயர்ப்பின் அவசியத்தை உணர்ந்து, மொழிபெயர்ப்பு என்ற ஒன்று இல்லையாயின் நான் எனது சொந்த நாட்டின் எல்லைக்குள்ளேயே இருந்திருப்பேன். மொழிபெயர்ப்பாளரால்தான் உலகுக்கு நான் அறிமுகம் ஆகியிருக்கிறேன் என்பார். இப்படி இருவேறு கருத்துகள் இருப்பினும் நல்ல மொழிபெயர்ப்பு என்பது பலராலும் பாராட்டுப் பெறும்போது பெயர்ப்புக் குறித்த எதிர்மறைக் கருத்துகள் விலகிவிடுவது கண்கூடு. மூலமொழியின் சமூகபண்பாட்டுச்சூழல், சரியான நிகரன் இவற்றை ஒன்றி அறிந்து பெயர்க்கப்படும் பெயர்ப்புகள் வரவேற்புப் பெறும். மூலத்தின் சுவையில் தோய்ந்து அதன் வயமாகி நின்று பெயர்க்கும்போது கவிதை மொழிபெயர்ப்பு ஒரு புதிய பரிணாமம் பெறுகிறது. அது ஒரு புதிய பயணமாகவும் உணரப்படுகிறது. பெயர்ப்பு என்பது மூலத்துக்கு ஊறு விளைவிக்காத வகையில் இருக்கவேண்டும்.

பேராசிரியர் முனைவர் வ.ஜெயதேவன் இருமொழி வல்லுநர். அகராதிக் கலையில் தமக்கெனத் தனி அடையாளத்தைக் கொண்டிருப்பவர். அவரது இந்த நூல் இலகுவாக மொழிபெயர்க்கப் பட்டிருக்கிறது. எளிமையாகவும், மூலத்தை நுனித்தறிந்து போற்றும் படியாகவும் அமைத்திருப்பது சிறப்பு.

இந்நூல் பல்வேறுபட்ட பாடுபொருளைக் கொண்டுள்ளது. பல நாடுகளைச் சேர்ந்த முப்பதுக்கும் மேற்பட்ட கவிஞர்களின் சிந்தனைகளையும், அவர்கள் பாடியுள்ள முறைகளையும் அறிந்து மகிழ்கிறோம். மொழிபெயர்ப்பு எனத்தெரியாமல், மூலத்தின் சுவை குன்றாமல் இந்நூலைப் பெயர்த்திருப்பதற்கு நன்றி சொல்ல வேண்டும்.

காதலை எப்படிச்சொன்னாலும் இனிக்கும். ஆயின், அதனைப் புதுப்புதுக் கோணங்களில் காட்டும்போது கூடுதலான சிறப்பைப் பெறுகிறது. தற்காப்புக்காகவும், தோழமை உணர்வுக்காகவும் கவிதையைக் கையிருப்பாய்க் கொண்டிருப்பதை 'கவிதையும் நானும்' என்னும் கவிதையில் அரேபியப் பெண்கவிஞர் ம்பார்கா மின்ட் அல் பர்ரா புதிய வகையில் சொல்கிறார்.

And I shield myself with poetry
And it keeps me company when I'm far from home

கவிதைக் கவசம் கொண்டுதான்
என்னைத் தற்காத்துக்கொள்கிறேன்.
வீட்டிலிருந்து தொலைவிலிருக்கும்போது
எனக்குக் கவிதையே தோழமைத் துணையாகிறது.

Letters burden this world of mine
Trouble leeches ink from the quill
When I read of the longing of lovers I burn

எனது இந்த உலகத்துக்கு
எழுத்துக்கள் சுமையாகின்றன.
இறகுகளிலிருந்து மையை உறிஞ்சுகின்றன தொல்லைகள்.
காதலர்களின் ஏக்கத்தைப் படிக்கும்போதெல்லாம்
நான் எரிந்து போகிறேன்

என மொழிபெயர்த்திருப்பது இலகுவான மொழிபெயர்ப்பாக அமைந்துள்ளது. தெளிவான புரிதலையும் தந்துள்ளது. இறுதி வரிகளில் மூலத்தின் உணர்வு பெறுமொழியில் சரியாகப் பொருந்தியுள்ளது.

நைஜீரியக் கவிஞரான எஃபே பால் அஸினோ காதலை வேறுமாதிரி சித்திரிக்கிறார். காதல் ஒரு வகையில் மௌன மொழி என்றாலும், வார்த்தைகளின் கவர்ச்சியில் கூடுதலான மகிழ்வினைத் தருகிறது என்பதை இவர் வெளிப்படுத்தியிருக்கும் அழகு ஈர்க்கிறது. அதுவும் கவிதை மொழியில் அதனை உணர்த்தும்போது தனித்தன்மை மிகுகிறது. சொற்களுக்குள்ள வலிமையைப் பலவகைகளிலும் எண்ணிப்பார்த்து அன்பின் நேயத்தை அறிய அது உறுதுணையாக இருக்கிறது.

Words are truly words have been faithful to me
when i found her and desperately needed to express my love
Words
came to the rescue
I read them when i fear
I speak them in despair
I take them with me everywhere
and so when I urged to speak a poem, i couldn't help but share
Words
the power, the depth, the length of 'em....
Words   so if words create, and indeed they do
then take them with you and
create a better union between your spouse and you
Words are colorless, without gender or race
so take them with you
and make the world a better place

அவளை நான் கண்டபோது,
என் காதலை அவளுக்குச் சொல்ல
எனக்குச் சொற்கள் கட்டாயம் தேவைப்பட்டன;
அப்போது அவைதாம் என் உதவிக்கு வந்தன;
சொற்களைப் படிப்பேன், அச்சம் எழும்போது;
அவற்றைப் பேசுவேன், நம்பிக்கை குலையும்போது;
அவற்றைக் கொண்டு செல்வேன்
என்னோடு, எங்குச் சென்றாலும்;
கவிதை சொல்லவேண்டும் எனும் ஆவல் உந்தும்போது
அவற்றைப் பகிர்வதைத் தவிர்க்க முடியவில்லை;

அவை ஆற்றல், ஆழம், நீளம் மிக்கவை;..........
சொற்களை எப்போதும் உடன் கொண்டு செல்லுங்கள்;
உங்களுக்கும் உங்கள் காதல் துணைக்குமிடையே
அன்புப் பாலத்தை அவை படைக்கும்;

சொற்களுக்கான வலிமையை வேறொரு கோணத்தில் கவிதைக்கான சந்த ஓசை என்னும் கவிதை வழிப் பொருத்திக்காட்டுகிறார் தென் ஆப்பிரிக்கப் பெண்கவிஞர் இன்கிரிட் ஆண்டெர்சென்.

The rhythmic sound
draws me from words.
At the wall at the bottom of the garden
he is throwing a ball,
bouncecatchbouncing it.
He is practised and agile,
body moving easily in the pattern.
I return,
turn the page and begin.
Try again, again
until the rhythm is right,
the words fly,
the meaning wrought.

இழுக்கிறது என்னைச்
சந்த ஓசை சொற்களிலிருந்து.
தோட்டத்துக் கீழ்ப்பகுதிச் சுவர்மீது
பந்தை எறிந்துகொண்டிருக்கிறான்.
எறிந்த பந்து அவனிடம் வர
அதனைப் பிடித்து மீண்டும் எறிகிறான்.
எறிவதும் திரும்பி வருவதும்
பிடிப்பதும் எறிவதுமாய்
விரைவு கதியில் உடல் இயக்கப் பயிற்சி எடுக்கிறான்.
...மீண்டும் மீண்டும் முயல்கிறேன்,
சந்தம் சரியாக அமையும்வரை.
சொற்கள் பறக்கின்றன
பொருள் பிடிபடுகிறது.

தாய்மொழி பற்றிய கவிதையில் கேதார் சிங் தம் கவலை தோய்ந்த ஒரு கருத்தைப் பதிவிடுகிறார். எறும்பு, பறவை, விமானம் ஆகியவை திரும்பி வருவதற்கு இடமிருக்கின்றன. ஆனால், ஆன்மாவின் வலியோடு திரும்பி வருவதனைத் தாய்மொழியோடு தொடர்புபடுத்துகிறது இக்கவிதை.

As ants return to
their nests,
a woodpecker
returns to the wood,
and the aeroplanes return to the airport
one after another
stretching their wings in the red sky,
O my language,
I return to you,
when my tongue feels
stiff from
remaining silent,
hurting my soul.

திரும்புகின்றன புற்றுக்கு
எறும்புகள் மீண்டும்;
திரும்புகின்றன மரங்கொத்திப்
பறவைகள் காட்டுக்கு;
திரும்புகின்றன விமானங்கள்
விமான நிலையத்திற்கு
ஒன்றன்பின் ஒன்றாய்ச்
செல்வானத்தில் இறக்கை விரித்து.

ஓ, என் மொழியே!
உன்னிடம் திரும்பிவருகிறேன்,
எனது ஆன்மாவைத் துன்புறுத்தி
அமைதி காத்து
எனது நா மரத்துப்போகும்போது.

மெக்ஸிகோ நாட்டு நோபல் பரிசு பெற்ற கவிஞர் ஆக்டோவியா பாஸின் **பார்வையில் தெரு** என்ற கவிதை நிழலை நோக்கிய

பயணமாகப் பரிணமிக்கிறது. Blackness என்பதற்கு இருட்டு என்ற பொருத்தமான நிகரனைப் பெய்துள்ளமை கவனிக்கத்தக்கது. Blind என்பதும் இலகுவான நிகரனை உள்ளிட்டதாய் அமைகிறது. Doorless என்பதற்குரிய சரியான நிகரனாக, வெளியே வர வழி இல்லை என்று கருதியிருப்பது பாராட்டத்தக்கது.

Here is a long and silent street.
I walk in blackness and I stumble and fall
and rise, and I walk blind, my feet
trampling the silent stones and the dry leaves.
Someone behind me also tramples, stones, leaves:
if I slow down, he slows;
if I run, he runs
I turn:
nobody.
Everything dark and doorless,
only my steps aware of me,
I turning and turning among these corners
which lead forever to the street
where nobody waits for, nobody follows me,
where I pursue a man who stumbles
and rises and says when he sees me:
nobody.

நீண்ட அமைதியான தெரு அது
இருட்டில் நடக்கிறேன், தடுமாறுகிறேன், விழுகிறேன்
எழுகிறேன், மெல்ல நடக்கிறேன் கண்மூடித்தனமாய்,
ஒலியற்ற கற்கள்மீதும் சருகுகள்மீதும்.
யாரோ ஒருவர் என் பின்னால் நடக்கிறார்
நான் நின்றால் அவரும் நிற்கிறார்
நான் ஓடினால் அவரும் ஓடுகிறார்
நான் திரும்பிப் பார்க்கிறேன்: யாரும் இல்லை
ஒவ்வொன்றும் கருமைதான். வெளியே வர வழி இல்லை
மூலைமூலையாகத் திரும்புகிறேன்
எல்லாம் தெருவகே இட்டுச் செல்கின்றன

எனக்காக எவரும் அங்கே காத்திருக்கவில்லை
யாரும் என்னைப் பின்தொடரவும் இல்லை
ஆனால் நான் ஒருவரைப் பின்தொடர்கிறேன்
அவரும் தடுமாறிவிழுகிறார், எழுகிறார்,
என்னைக் கண்டதும் அவர் சொல்கிறார்:
யாரும் இல்லை.

அன்னியர் ஒருவருக்கு எழுதிய கடிதம் என்ற கவிதையில் துனிசியா நாட்டைச் சார்ந்த கவிஞர் இல்ஹெம் இஸ்ஸவி விரக்தியை வேறொரு வகையில் புலப்படுத்தியிருப்பதைக் காணலாம். மூலத்தின் சுவையைப் பெறுமொழியில் அப்படியே உணர்த்துவதான கவிதை. இக்கவிதையில் ஒவ்வொரு சொல்லையும் தேர்ந்து பெயர்த்திருப்பது அருமையாக உள்ளது.

Dear thenceforward stranger
I have never possessed the ability and art
With which you command language
With which you twist the heart
Mingle feelings and tear the chords of the senses
Relentlessly
And...
Perhaps, never will I
It is a silent night and I have no slightest intention to disturb you
To steal the pillow under your "merciful" "gracious" head
But ...
I am a volcano
I am a suppressed pathetic hapless frigid volcano
And each time I dare speak
Words betray me
Dooms betray me
Time, place, earth, heaven
Even winter,
Betray me
And I do know that I shan't be healed
And I do know that you master the art of engraving

அப்போதுமுதல் அன்னியரான
அன்புக்குரியவரே,
உன்னைப்போல மொழியை
ஏவல் கொள்ளவோ,
உணர்ச்சிகள் கலக்கும்படி
இதயத்தைத் திரிக்கவோ,
புலன்களின் நரம்புகளைத்
தயக்கமின்றி அறுக்கவோ,
என்னிடம் திறமையும் கலையும் இல்லை.

நான் ஓர் எரிமலை;
நசுக்கப்பட்ட, பரிதாபத்துக்குரிய,
துரதிர்ஷ்டமான, பாலியல்
இச்சையற்ற எரிமலை;
நான் பேசத் துணியும்
ஒவ்வொரு முறையும்,
சொற்கள் எனக்குத்
துரோகம் செய்கின்றன;
விதி எனக்குத்
துரோகம் செய்கிறது;
காலம், இடம், பூமி,
சொர்க்கம் மட்டுமல்ல
மழைக்காலமும் எனக்குத்
துரோகம் செய்கிறது;
என் காயம் ஆறாது
என்பது எனக்குத் தெரியும்.
புதைக்கும் கலையில் நீ
வல்லவன் என்பதை அறிவேன்.
ஆகவே, மன்றாடி
உன்னைக் கேட்டுக்கொள்கிறேன்,
என்னைப் புதைத்துவிடு.

இயற்கையைக் காட்சிப்படுத்தும்போது அழகியலின் சாயல் படர்ந்து விடுகிறது: இரவின் அமைதியான சூழலைக் காட்சிப்படுத்தும் விதத்தை அழகிய மொழிபெயர்ப்பில் தரும் இந்தக் கவிதை

ஆர்.எல்.ஸ்டீவன்சன் எழுதியது. பெயர்ப்பு என்பதே தெரியாத வகையில் இக்கவிதை அமைந்திருப்பது சிறப்பு.

The moon has a face like the clock in the hall;
She shines on thieves on the garden wall,
On streets and fields and harbour quays,
And birdies asleep in the forks of the trees.
The squalling cat and the squeaking mouse,
The howling dog by the door of the house,
The bat that lies in bed at noon,
All love to be out by the light of the moon.
But all of the things that belong to the day
Cuddle to sleep to be out of her way;
And flowers and children close their eyes
Till up in the morning the sun shall arise.

கூடத்துக் கடிகாரம் போன்றதொரு
முகம் கொண்டது நிலா;
தோட்டத்துச் சுவர் மேலுள்ள திருடர்கள்மீதும்,
தெருக்கள், வயல்கள்,
துறைமுகக் கப்பல் துறைகள்மீதும்
ஒளி வீசுகிறது அது;
மரங்களின் கவட்டைகளில்
தூங்குகின்றன சிறு பறவைகள்.
மியாவ் எனக் கத்தும் பூனையும்,
கிறீச் எனக் கத்தும் சுண்டெலியும்,
வீட்டு வாயிற்கதவின் அருகே
ஊளையிடும் நாயும்,
நண்பகலில் படுக்கையில்
கிடக்கும் வௌவாலும்,
வெளியே நிலவொளியில்
திரிவதையே விரும்புகின்றன.
ஆனால், பகலுக்குரிய எல்லாம்
நிலவிடமிருந்து விலகித்
தூக்கத்தைத் தழுவுகின்றன;

பூக்களும் குழந்தைகளும்
மூடிக்கொள்கின்றன கண்களை,
சூரியன் காலையில் எழும்வரை.

இற்றை இரவு என்ற கவிதையில் நிலாவை வேறொரு கோணத்தில் காட்சிப்படுத்துகிறார் அமெரிக்கப் பெண்கவி சாரா தீஸ்டேல். பெறுமொழியில் The sky is still and blue என்பது சலனமற்ற நீலவெளி என்று அழகுற அமைந்துள்ளது.

The moon is a curving flower of gold,
The sky is still and blue;
The moon was made for the sky to hold,
And I for you;

The moon is a flower without a stem,
The sky is luminous;
Eternity was made for them,
Tonight for us

நிலவு என்பது வளைந்த ஒரு பொற்பூ
வானம் என்பது சலனமற்ற நீலவெளி
வானம் தாங்கும்படி நிலவு படைக்கப்பட்டுள்ளது.
உனக்காக நான்!

நிலவு என்பது காம்பு இல்லாத பூ
வானம் ஒளிமிக்கது
நிரந்தரம் அவ்விரண்டனுக்காகவும்
இற்றை இரவு நமக்காகவும் ஆனவை.

ஜே.எம்.தாமஸ் எழுதியுள்ள **இன்னும் எரிந்துகொண்டிருக்கும் இரவின்மீது** என்ற கவிதையில் அழகியல் வேறொரு கோணத்தில் வெளிப்படுகிறது. பெறுமொழியில் lever of the clock என்பது நெம்புகோல் என்ற நிகரனைப் பயன்படுத்தியிருப்பது எண்ணிப்பார்ப்பதற்குரியது. Mortal wound என்ற தொடருக்குரிய நிகரனாக மரணப்புண் என்பதும் அவ்வாறே! பெயர்ப்பில் அமைந்துள்ள ஏழு அடிகளும் அருமையாய்ப் பொருந்தியுள்ளன.

Figures are formed from the lever of the clock;
Summer teaches its feathered arms to fly,
Fall sings the dove its mournful song,
Winter weaves the chain of the holy sea,
And spring gives birth to all its dead.
The trees shall inform the quartered change
As the worm crawls from trunk to branch,
Cloudy turning of the rooted veins
Shall cast the harbor into its cycled grave.

As the light of the sun will darken the skies,
Veiled by the sight of the bleeding moon;
The timeless insect will be betrayed by time,
As time itself will break upon its mortal wound

கடிகாரத்தின் நெம்புகோலிலிருந்து
உருவாகின்றன எண்கள்;
இறகுகள் பொதிந்த கைகள் பறக்கப்
பாடமெடுக்கிறது கோடை;
இலையுதிர் காலம் பாடுகிறது தனது
சோக கீதத்தைப் புறாக்களுக்கு;
குளிர்காலம் நெய்கிறது
புனிதக் கடல் சங்கிலியை;
வசந்தம் பிறப்பிக்கிறது தனது
எல்லாச் செயல்களையும்
புனிதக் கடல் சங்கிலியை;
வசந்தம் பிறப்பிக்கிறது தனது
எல்லாச் செயல்களையும்.

மரங்கள் தெரிவிக்கும் தமது
காலாண்டுக் கால மாற்றங்களை,
தவழ்ந்து செல்லும் புழு
தண்டிலிருந்து கிளைக்கு;
மேகமயமான வேர் நரம்புகள் தமது
சுழல் சமாதிமீது நங்கூரமிட்டு நிற்கும்.

தமிழில்: வ.ஜெயதேவன்

சூரிய ஒளி இருளில்
ஆழ்த்தும் வானத்தை,
இரத்தம் கசியும் நிலாவின்
தோற்றத்தால் மறைக்கப்பட்டு;
காலவரம்பிலாப் பூச்சி
துரோகத்திற்கு உள்ளாக்கப்படும் காலத்தால்.
காலம்தானுமே மரணப் புண்ணை உடைக்கும்.

உன்னிதயத் தோட்டத்தில் என்ற அலோரா எம்.நைட் எழுதிய கவிதை வாழ்க்கையை நேர்மறையான எண்ணங்களில் மனத்தை ஈடுபடுத்தச் சொல்கிறது. புறத்தே படரும் ஒட்டடை வீட்டை மாசுபடுத்தும்; அகத்தே தீய எண்ணம் படர்ந்தால் வாழ்க்கையை மாசுபடுத்தும் என்ற கருத்தை மையமிட்டதாக அமைகிறது அவரது கவிதை. இலகுவான மொழிபெயர்ப்பால் இதயத்தில் இடம்பிடித்துவிடுகிறது.

…………….
It is hard to keep bad thoughts away;
Some are bound to filter in.
The thing that's so important
Is that you must sweep them out again

Before they get a chance to grow.
That way you're sure to find
Each day will be rewarding,
For you'll have peace of mind.

தீய எண்ணங்களை விரட்டுவது கடினம்.
அவற்றுள் சில உனக்குள் ஊடுருவி விடும்;
அவற்றைக் கூட்டி வெளியேற்றுவதே
செய்ய வேண்டிய இன்றியமையாத பணி.

அவை மீண்டும் வளர முற்படாமல் தடுக்க வேண்டும்.
அவ்வாறு நீ செய்தால்
ஒவ்வொரு நாளும் பயனுள்ளதாக அமையும்;
ஒவ்வொரு நாளும் மன அமைதி மிக்கதாக அமையும்.

வாழ்க்கை என்பது கனவே எனில்... என்ற அமெரிக்கக் கவிஞரான பால் லாரன்ஸ் தன்பாரின் கவிதை இறப்பு என்பது விழித்திருக்கும் நேரம்; பகலுக்குச் சூரியஒளி மட்டும் இல்லை எனில், இரவுக்கு இசை இல்லாமல் போயிருக்கும் என்று தொடங்கும். பால் லாரன்ஸின் **வாழ்க்கை என்பது கனவே எனில்...**என்ற கவிதை காதலிப்பது கொல்லும் நஞ்சு என்றும், புகழுக்காகப் போர் புரிவது ஒருவகையில் இதயத்திற்கு அது ஆறுதலாய் அமையும் என்ற கருத்தை வெளிப்படுத்துவதோடு, எல்லாக் குறிக்கோளுக்கும் மேலாக மனித உரிமையைத் துன்பப்படுவதற்கும் காதலிப்பதற்குமாய்த் தெரிவு செய்வதாய் உணர்த்துகிறது.

ஓர் ஆவணம் என்ற அம்ரிதா பிரிதம் கவிதை, பூமியை அழகான புத்தகமாக உருவகிக்கிறது. அப்புத்தகத்தின் வெளிப்பாடு 'பட்டினி, வறுமை, அடிமைத்தனம் இவற்றைக் கடவுளின் போதனையால் உருவாக்கப்பட்டதா சூரியன், சந்திரன் அட்டையுடன் கூடிய பூமிப்புத்தகம்?' என்று கேள்வி கேட்டுவிட்டு இறுதியில் அவை வெறும் அச்சுப்பிழைகளா என்ற கேள்விக்கணையையும் தொடுக்கிறது.

பூமி ஓர் அழகான புத்தகம்,
சூரிய சந்திரர் அட்டையுடன்.
ஆனால், பட்டினி, வறுமை, அடிமைத்தனம்...
கடவுளே, இவை எல்லாம் உன் போதனைகளா?
அல்லது வெறும் அச்சுப் பிழைகளா?

என்று கேட்கிறார்.

பால் லாரன்ஸ் தன்பார் எழுதிய **விடியல்** என்ற கவிதையில், விடியலைக் கறைபடியாத வெள்ளை ஆடை அணிந்த தேவதையாக உருவகிக்கிறார். மக்கள் அதனை விடியல் என்றழைப்பதனைச் சுட்டுவது ரசிக்கத்தக்கதாக உள்ளது.

An angel, robed in spotless white,
Bent down and kissed the sleeping Night.
Night woke to blush; the sprite was gone.
Men saw the blush and called it Dawn.

கறை படியாத வெள்ளை ஆடை
அணிந்த தேவதை,

தமிழில்: வ.ஜெயதேவன் | 17

உறங்கும் இரவை
முத்தமிட்டது குனிந்து.
விழித்தெழுந்த இரவு நாணியது;
தேவதை போய்விட்டது.
நாணத்தைக் கண்ணுற்ற
மக்கள் விடியல் என்றனர் அதனை.

சந்தூர் பெட்டோஃபி இயற்றியுள்ள **ஒரு மரமாக நான் இருப்பேன்** என்ற கவிதை நம்மை இதயத்தின் அருகில் கொண்டுவந்து நிறுத்துகிறது. ஓர் ஒன்றிய இணைப்பை, ஒரு நேயமான நெருக்கத்தை உணரச்செய்கிறது.

I'll Be a Tree.

I'll be a tree, if you are its flower,
Or a flower, if you are the dew-
I'll be the dew, if you are the sunbeam,
Only to be united with you.
My lovely girl, if you are the Heaven,
I shall be a star above on high;
My darling, if you are hellfire,
To unite us, damned I shall die

ஒரு மரமாக நான் இருப்பேன்,
அதன் பூவாக நீ இருப்பாயாகில்;
ஒரு பூவாக நான் இருப்பேன்,
அதன் பனித்துளியாக நீ இருப்பாயாகில்;
ஒரு பனித்துளியாக நான் இருப்பேன்,
சூரிய ஒளியாக நீ இருப்பாயாகில்;
நாளும் நேசிப்பாய் நீ என்னை.
என் இதயமே!

இருள் பெட்டகமாய் நீ இருப்பாயாகில்,
விடிவெள்ளியாக நான் இருப்பேன்.
நரகத்தின் நெருப்பைக் கொண்டு
நீ என்னை எரிப்பினும்,
இறுகப் பற்றி உன்னை

என் இதயத்திற்கு அருகில்
நெருக்கமாக இருத்திக்கொள்வேன்.

சீனக்கவிஞரான ஹை ஸி எழுதியுள்ள கவிதையில் வரும் கிணறு பல நினைவுகளின் ஆழத்தை ஊற்றாகி வெளிப்படுத்துகிறது. அது துன்பத்தின் ஊற்றுக்கண்ணையே மையப்படுத்தியுள்ளது. வாழ்வின் சோகச்சுவடுகளை வெளிக்கொணர்கிறது. இலகுவானதும் இயல்பானதுமான பெயர்ப்பு.

I am a well
my ancestors dug
for their offspring
Every suffering comes from my deep and sorrow

என் முன்னோர்கள் தம்முடைய
வழித்தோன்றல்களுக்காக வெட்டிய
கிணறு நான்.
என்னுடைய ஆழமான, இரகசியமான
நீரிலிருந்து வருகிறது ஒவ்வொரு துயரமும்.

நிலாவின் அணிகள் என்ற கவிதையில், அன்னிமேரி சபெளடன் என்ற கவிஞர் நிலாவின் அணிகள் என்று விண்மீன்களை அழகியல் உணர்வு தோன்றக் காட்டியிருப்பது நல்ல கற்பனை.

இன்று காலை
வயல்களில்
ஆயிரக்கணக்கான
வைரங்கள்
இருந்தன;
எல்லோரும் அவற்றைப்
பனித்துளிகள் என்றனர்;
எனக்கென்னவோ
அவை நிலா
உடைத்தெறிந்த
அதன் கழுத்தணிகளாகத்
தெரிகின்றன.

மெர்சிலின் தெஸ்பார்டெஸ் – வால்மோர் எழுதியுள்ள ரோஜாப்பூக்கள் என்ற கவிதையும் அழகுற மொழிபெயர்க்கப்பட்டுள்ளது.

This morning, I wanted to bring roses to you,
But I filled my sashes with the garden entire,
And the knots stretched too tight, since I took so many.

The strained knots burst apart, and the roses all flew,
Snatched away by the wind; into the sea they went.
They followed the water, and so were lost to me.

The waves turned bright crimson, as though they were on fire.
This evening, my dress is still drenched in their scent—
Come to me and inhale their fragrant memory.

இன்று காலை உனக்கு
ரோஜாப்பூக்களைக் கொண்டுவர விரும்பினேன்.
எனது அரைப்பட்டிகையில்
ஏராளமான பூக்களைத் திணித்தேன்.
இறுக்கமான முடிச்சால்
எல்லாப் பூக்களும் அதில் அடங்கவில்லை.

முடிச்சு அவிழ்ந்துகொண்டது.
ரோஜாக்கள் பறந்துவிட்டன.
காற்றால் அடித்துச் செல்லப்பட்டுக்
கடலில் விழுந்த அவை
நீரால் அடித்துச் செல்லப்பட்டுவிட்டன,
திரும்பி வாரா வண்ணம்.

எரியூட்டப்பட்டதைப்போல
அலைகள் செந்நிறத்தில்!
எனது ஆடை இன்னும் மணக்கிறது.
மணக்கும் நினைவுகளோடு
இன்றிரவு சுவாசிப்பேன்.

நீதான் என் சூரியோதயம் என்ற தியோ வில்லியம்ஸ் கவிதை எளிமையும் கருத்தும் நிறைந்தது. இதனை இலகுவாக மொழிபெயர்த்துள்ளார் பெறுமொழியின் நூலாசிரியர்.

The sun is smiling as I open my eyes
Birds serenading the awoken sky.
I watch from my window the sun climbing a hill
Spreading its glimmer so beautiful.

Trees catch the amber and red glow
Rising sun embracing me with love she bestows.
Caresses the clouds with her pink gleams
And sees her reflection in the crystal blue stream.

I look up at the cerulean sky
I feel God deposit heaven in my eyes.
This view is that of celestial
Giving a blessing upon the terrestrial.

She gives me hope to conquer my day
Free my problems and take my sorrows away.
She quenches my soul with kind bliss
And Injects myself with tenderness.

My dear girl you have me in a paradise
My dear beauty you have me mesmerised
Because you are my lovely sun rise.
I love you.

கண்களை நான் திறக்கும்போது
புன்னகைக்கிறது சூரியன்;
துயிலெழுந்த வானத்திற்குக் காதல்பாட்டு
இசைக்கின்றன பறவைகள்;
ஒளிக்கதிர்களை மிக அழகாய்ப் பரப்பிச்
சூரியன் ஒரு மலை மீது ஏறுவதைச்
சாளரம்வழிப் பார்க்கிறேன்,

மஞ்சளும் சிவப்புமான ஒளியை
மரங்கள் கைக்கொள்கின்றன.
அன்பு பொழிந்தபடி
அணைத்துக்கொள்கிறது என்னை
எழுஞாயிறு.

தமிழில்: வ.ஜெயதேவன்

தனது இளஞ்சிவப்பு ஒளியால் மேகங்களை
அணைத்துக்கொண்டு
தெளிந்த நீலநிற நீரோட்டத்தில்
தனது எதிரொளியைப் பார்க்கிறது
எழுஞாயிறு.

குஜராத் கவிஞரான ஹார்திக் வைத்யாவின் **பேனாவின் ஆசை** *இயல்பான ஆசைகளின் வெளிப்பாடு.*

Let my poem kiss you,
Before the skies seal your lips.
Let my poem pour into your eyes,
Before the oceans drown in them.
Let my poem brush across your face,
Before the wind tosses your locks over it.
Let my poem mingle in your soul,
Before the starlit night melts into it.

வானம் உன் இதழ்களை மூடுமுன்
என் கவிதை உன்னை முத்தமிடட்டும்.
கடல் உன் கண்களுக்குள் மூழ்குமுன்
என் கவிதை அங்குப் பொழியட்டும்.
காற்று உன் முகத்தில் கூந்தலை வீசுமுன்
என் கவிதை உன் முகத்தைத் துடைக்கட்டும்.
நட்சத்திர ஒளி சூழ் இரவு உன் ஆன்மாவுக்குள் உருகியோடுமுன்
என் கவிதை உன் ஆன்மாவில் கலக்கட்டும்.

ஒரு பாலைவன மலர்போல *என்ற கவிதைகூட ஓர் இயல்பான உவமைகள் மூலம் காட்சிப்படுத்துகிறது. இதனை எழுதியிருப்பவர் பர்வீன் ஃபைஸ் ஸதாஹ் மலால். மூலமொழியிலுள்ள உவமை அழகையும் பெயர்த்துக்கொண்டுள்ள அழகிய மொழிபெயர்ப்பு.*

Like a desert flower waiting for rain,
like a riverbank thirsting for the touch of pitchers,
like the dawn
longing for light;

and like a house,
like a house in ruins for want of a woman
the exhausted ones of our times
need a moment to breathe,
need a moment to sleep,
in the arms of peace, in the arms of peace.

மழைக்குக் காத்திருக்கும் பாலைவன மலர்போல,
மட்குடங்களின் தொடுதலுக்குத் தாகமுடைய ஆற்றங்கரைபோல,
ஒளிக்கு ஏங்கும் வைகறைபோல
பெண் இல்லாமல்
அழிவிலிருக்கும் ஒரு வீடுபோல,
நம் காலத்தின் அயர்ச்சிக்கு ஆளானவர்களுக்கு
மூச்சுயிர்க்க ஒரு தருணம் தேவை,
உறங்க ஒரு தருணம் தேவை,
அமைதியின் கைகளில், அமைதியின் கைகளில்.

மூலமொழியின் நுனியளவும் மாறிவிடக்கூடாது என்பதில் கவனம் செலுத்தி பேரா. வ.ஜெயதேவன் செய்திருக்கும் மொழிபெயர்ப்பு மிகவும் ரசனைக்குரியதாக உள்ளது. பெயர்ப்பினை மூலத்திலிருந்து பெரும்பாலும் விடுபாடில்லாமல் அமைத்துக்கொண்டுள்ளார். படிப்பதற்கு மொழிபெயர்ப்பு என்று தெரியாமலேயே கவிதையை நகர்த்தியிருப்பது போற்றுதற்குரியது. மேலும் இதுபோன்ற மொழிபெயர்ப்புப் படைப்புகளை அவரால் கொண்டுவர இயலும். அதனைத் தொடர்ந்து செய்யவேண்டுமாய் வேண்டுகிறேன்.

— இராம.குருநாதன்

தமிழில்: வ.ஜெயதேவன்

முன்னுரை

2017, மே 24இல், அமெரிக்க ஐக்கிய நாடுகளின் பொதுப் பேரவை (General Assembly of the United Nations), செப்டம்பர் 30ஐ உலக மொழிபெயர்ப்பு நாளாக அறிவித்தது. நாடுகளை இணைத்தல், அமைதி, புரிந்துணர்வு, முன்னேற்றம் முதலியவற்றை வளர்த்தெடுத்தல் ஆகிய நோக்கங்களுக்காக அப்பேரவை தீர்மானம் ஒன்றை நிறைவேற்றி மேற்கண்ட அறிவிப்பை வெளியிட்டது. ஒவ்வோர் ஆண்டும் ஒவ்வொரு பொருண்மை அடிப்படையில் 2017முதல் உலக மொழிபெயர்ப்பு நாள் கொண்டாடப்பட்டு வருகிறது. மொழிபெயர்ப்பு வழியான ஒன்றிணைவு (United in translation) என்பது உலக மொழிபெயர்ப்பு நாள் 2021இன் பொருண்மையாகும்.

மேற்குறித்தவற்றினின்றும் மொழிபெயர்ப்பின் இன்றியமையாமை தெற்றென விளங்கும். இதனை மேலும் வலுப்படுத்தும் வகையில் பின்வரும் கூற்றுக்கள் அமைகின்றன:

மொழிபெயர்ப்பு இல்லாவிடில், நான் என் சொந்த நாட்டு எல்லைக்குள் அடங்கிக் கிடப்பேன். மொழிபெயர்ப்பாளர் எனக்கு மிக முக்கியமான கூட்டாளி. அவர்தான் என்னை உலகிற்கு அறிமுகப்படுத்துகிறார். (Without translation, I would be limited to the borders of my own country. The translator is my most important ally. He introduces me to the world. - Italo Calvino).

மொழிபெயர்ப்பாளர்களே இலக்கியத்தின் நிழல் கதைத் தலைவர்கள். அடிக்கடி மறக்கப்படினும், பல்வேறு பண்பாட்டினர் ஒருவரோடு ஒருவர் உரையாட இயலும் நிலையினை உருவாக்கும் கருவிகள் அவர்கள்; நாம் அனைவரும் உலகின் ஒவ்வொரு பகுதியைச் சேர்ந்தவர்களாக இருப்பினும், ஒரே உலகத்தில் வாழ்கிறோம் என்பதை உணர்த்தியவர்கள் அவர்கள். (Translators are the shadow heroes of *literature, the often forgotten instruments that make it possible for different cultures to talk to one another, who have enabled us to understand that we all, from every part of the world, live in one world. - Paul Auster).*

இந்தப் பிற்புலத்தில் இம்மொழிபெயர்ப்பு முயற்சி நோக்கத் தக்கது.

கலைகளின் அரசியாகவும் *(Poetry is the queen of arts. Thomas Sprat)* இலக்கியத்தின் மணிமகுடமாகவும் *(The crown of literature is poetry. W. Somerset Maugham)* கவிதை திகழ்வதால் இங்கு மொழிபெயர்ப்புக்குக் கவிதை தேர்வு செய்யப்பெற்றது. மேலும், சோவியத் ரஸ்ஸியக் கவிஞர் கூறுவதுபோல், கவிதை பறவையைப் போன்றது; அது எந்த நாட்டு எல்லைகளையும் பொருட்படுத்துவதில்லை *(Poetry is like a bird, it ignores all frontiers. Yevgeny Yevtushenko)*. வேறொரு வகையில் சொல்வதானால் பறவைகளைப்போலக் கவிதைகள், தேச வரம்பற்றவை. எனவே, மொழிபெயர்ப்புக்குக் கவிதை எடுத்துக்கொள்ளப்பட்டது.

தமிழ் அல்லாத இந்திய மொழிகளிலும் உலகின் பல்வேறு மொழிகளிலும் இயற்றப்பெற்றவையும் தெரிவு செய்யப் பெற்றவையுமான 50 கவிதைகளின் தமிழ் மொழிபெயர்ப்பு இந்நூலின்கண் இடம்பெற்றுள்ளது. பிற மொழிக் கவிதைகளைக் காணச் சாளரமாக இத்தொகுதி உதவக்கூடும்.

இந்த நூலுக்குத் தமது அணிந்துரையால் வலிவும் பொலிவும் ஊட்டியுள்ளார் பேராசிரியர் முனைவர் இராம. குருநாதன் அவர்கள். ஆசிரியப் பணி, படைப்புப் பணி, ஆய்வுப் பணி, கவிதை மொழிபெயர்ப்புப் பணி உள்ளிட்டவற்றில் தம்மை ஈடுபடுத்திக் கொண்டுவருபவர் அவர்; என்பால் என்றும் மாறா அன்புடையவர். அவர் அளித்துள்ள ஊக்கமும் ஊட்டமும் நான் தொடர்ந்து இத்தளத் திலும் இயங்க உறுதுணை புரியும். அவருக்கு எனது அகங் கனிந்த நன்றி உரியது.

இந்நூலை அழகுறப் பதிப்பித்து வெளியிட்டுள்ள பதிப்பகத்தாருக்கு எனது பாராட்டும் வாழ்த்தும் உரியன.

- வ.ஜெயதேவன்

பொருளடக்கம்

1. கவிதையும் நானும்
- ம்பார்கா மின்ட் அல்பர்ரா 29

2. தலைப்பு
- அப்துல்லா பஷெவ் 31

3. சொற்கள்
- எஃபே பால் அஸினோ 32

4. தாய்மொழி
- கேதார்நாத் சிங் 35

5. சந்த ஓசை
- இன்கிரிட் ஆண்டெர்சென் 36

6. எழுவேன் நான்
- சாகர் யாதவ் 37

7. நாம் எழுவோம்
- வின்சென்ட் விலோ 39

8. தெரு
- ஆக்டேவியோ பஸ் 41

9. எல்லாவற்றையும் எடுத்துக்கொள்ளுங்கள்
- வின்சென்ட் விலோ 42

10. அன்னியர் ஒருவருக்கு எழுதிய கடிதம்
- இல்ஹெம் இஸ்ஸவி 43

11. நிலா
- இராபர்ட் லூயிஸ்டீவென்சன் 45

12. இன்னும் எரிந்துகொண்டிருக்கும் இரவின்மீது
- ஜே.எம்.தாமஸ் 46

13. இந்த முகத்திற்குப் பின்னால்
- லீ டபில்யூ பார்க்கெர் 48

14. முகக்கவசத்திற்குப் பின்னால்
- மெலிஸா பெர்னார்ட்ஸ் 50

15. இற்றை இரவு
- சாரா தீஸ்டேல் 51

16. விடைபெறவிருக்கிறேன் விரைவில்
- விக்டர் ஹியுகோ 53

17. உன்னிதயத் தோட்டத்தில்
- அலோரா எம்.நைட் 54

18. வாழ்க்கை என்பது கனவே எனில்...
- பால் லாரன்ஸ் தன்பார் 56

19. ரோஜாப்பூக்கள்
- மெர்சிலின் தெஸ்பார்டெஸ்–வால்மோர் 57

20. எழுத்து
- அல்சத்தீக் அல்ராட்டி 58

21. ஓர் ஆவணம்
- அம்ரிதா பிரீதம் 59

22. பொன்னெல்லாம் மின்னாது
- ஜே.ஆர்.ஆர்.தால்கீன் 60

23. உண்மையானது அல்ல
- தினாஷே முஷாகவன்ஹு 61

24. விடியல்
- பால் லாரன்ஸ் தன்பார் 62

25. எனது கண்களைப் பறி
- ரெய்னெர் மரியா ரில்கே 63

26.	கனவுக் காப்பாளர்		
	- லேங்ஸ்டன் ஹ்யூகேஸ்	64	
27.	கல்லறையும் ரோஜாவும்		
	- விக்டர் ஹியுகோ	65	
28.	எனது தேர்வு		
	- அபிம்போலா டி.அலாபி	66	
29.	ஒரு மரமாக நான் இருப்பேன்		
	- சந்தூர் பெட்டோஃபி	68	
30.	இரவு நிலா		
	- ஹாய் ஸி	69	
31.	போரே இல்லை எனில்		
	- மம்மத் அரஸ்	70	
32.	கல்லறை		
	- வினிசியஸ் டி மிரேஸ்	71	
33.	என் உடன்பிறந்தவன்		
	- ஆர்தர் வஸோ	72	
34.	நிலாவின் அணிகள்		
	- ஆன்னிமேரி சபௌடன்	73	
35.	வீட்டுக்கு வா		
	- மிரோஸ்லாவ் ஹோலப்	74	
36.	பேனாவின் ஆசை		
	- ஹார்திக் வைத்யா	75	
37.	நினைவில் வைத்திருக்கிறேன்		
	- ஆமிர் வானி	78	
38.	சொல்		
39.	நெருப்பாய் மாறும்		
	- எஸ் சந்திரமோகன்	78	
40.	ஒரு பாலைவன மலர்போல		
	- பர்வீன் ஃபைஸ் ஸதாஃஹ் மலால்	79	
41.	வேண்டாம் விழிப்பு		
	- கிரிஸ்டல் வார்ரென்	80	
42.	கிணறு நான்		
	- ஹாய் ஸி	81	
43.	வில்லாளன்		
	- ஸஹ்ராத்	82	
44.	இயற்கையின் பிழை		
	- யூஜெனியோ மண்டேல்	83	
45.	பூமி இயக்கமற்று நின்ற நாள்		
	- அசிஸ் மோலா	84	
46.	மாந்தன் எனும் பெயர்		
	- சா'தி (Sa'adi)	87	
47.	நீ ஒரு கவிதையாயின்		
	- பில்கிஸ் மூலா	88	
48.	நீதான் என் சூரியோதயம்		
	- தியோ வில்லியம்ஸ்	90	
49.	என்ன ஓர் அற்புதமான உலகம்!		
	- லூயிஸ் ஆம்ஸ்ட்ராங்	91	
50.	முன்னோக்கி		
	- நிக்ஹாத் சகிபா	93	

1
கவிதையும் நானும்

நான் ஒரு கல்லாக இல்லாமல் போனது பாவமே.
உலகின் தொல்லைகள்
என்னைத் தூங்கவிடாமல் செய்கின்றன.
கவிதைக் கவசம் கொண்டுதான்
என்னைத் தற்காத்துக்கொள்கிறேன்.
வீட்டிலிருந்து தொலைவிலிருக்கும்போது
எனக்குக் கவிதையே தோழமைத் துணையாகிறது.
எப்போதும் நான் என்னுடன்
எடுத்துச் செல்வது கவிதைப் பையையே.
பூமியின் சுவையையும் மணத்தையும் அது கொண்டுள்ளது.
முட்கிளைகளையுடைய புதர்களை அது கொண்டுள்ளது.
பேரீச்சம்பழம் செறிந்த மட்டைகளை அது கொண்டுள்ளது.
எல்லாக் காதல் கதைகளையும்
என் மொழியில் அது ஓவியம் தீட்டுகிறது.
அதன் வண்ணங்கள் திராட்சை முதல் விடியல் வரையிலான
நிறமாலையை உருவாக்குகின்றன.
இசை எவ்வாறு பாய்ந்தோடுகிறது
என்பதை உலகம் அறியும் வண்ணம்
ஆகச் சிறந்த நரம்பிசைக் கருவிகளைக் கொணருமாறும்
காதலர் தமக்கு நீதி வழங்கும்
இதமான இராகத்தை இசைக்குமாறும் கூறினேன்.

தமிழில்: வ.ஜெயதேவன்

எனது இந்த உலகத்திற்கு
எழுத்துக்கள் சுமையாகின்றன.
இறகுகளிலிருந்து மையை உறிஞ்சுகின்றன தொல்லைகள்.
காதலர்களின் ஏக்கத்தைப் படிக்கும்போதெல்லாம்
நான் எரிந்து போகிறேன்.

- ம்பார்கா மின்ட் அல்பர்ரா (Mbarka Mint alBarra)

2
தலைப்பு

கவிதை எழுதி முடிக்கும்வரை
பச்சை வில்லில் அடித்தல்போல
என் ஆன்மாவை வருத்துகிறேன்
கவிதையை முடித்ததும் அதற்கு
அரியணையாக ஒரு முற்றுப்புள்ளியையும்
மகுடமாக ஒரு தலைப்பையும் இடுவேன்.

நான் எழுதும் முடிவிலாத கவிதையின்
சொற்களாய் ஆகிவிடுகின்றன
என் உணர்ச்சி ஏரியில்
தமது சிறகுகளை ஒரு முறை
நனைத்த நாரைகள்.

எனக்குக் களைப்பாக இருக்கிறது, நண்பரே!
என் கவிதை இருத்தல் காப்பியமாய்
நீண்டுகொண்டே போவதை உணர்கிறேன்.
என் நினைவில் சொற்கள்
இடம் பிறழ்வதை உணர்கிறேன்.
முற்றுப்புள்ளி வைத்துத்
தலைப்பு மகுடம் சூட்டிவிடுகிறேன்.

- அப்துல்லா பஷெவ் (Abdulla Pashew - Kurdish poet)

3
சொற்கள்

ஆதியில் இருந்தது சொல்;
உலகின் தொடக்கத்திலும்
எனது உலகின் தொடக்கத்திலும்
இருந்துவருகின்றன சொற்கள்;
அவற்றின் மீது எனக்குக் காதல்,
சின்னஞ்சிறுவனாக நான் இருந்ததுமுதல்;
மற்ற சிறுவர்கள் என்னை
அன்னியனாகவும் சலிப்பூட்டுபவனாகவும் கருதினர்;
அவர்கள் பொம்மைகளோடு விளையாடியபோது
நான் சொற்களில் மகிழ்ச்சி கண்டேன்;
நான் சொற்களைத் துருவினேன்,
சுவைத்தேன், மற்போரிட்டேன், நேசித்தேன்;
உண்மையில் சொற்கள் எனக்கு
உண்மையாக இருக்கின்றன;
அவளை நான் கண்டபோது,
என் காதலை அவளுக்குச் சொல்ல
எனக்குச் சொற்கள் கட்டாயம் தேவைப்பட்டன;
அப்போது அவைதாம் என் உதவிக்கு வந்தன;

சொற்களைப் படிப்பேன், அச்சம் எழும்போது;
அவற்றைப் பேசுவேன், நம்பிக்கை குலையும்போது;
அவற்றைக் கொண்டுசெல்வேன்
என்னோடு, எங்குச் சென்றாலும்;
கவிதை சொல்லவேண்டும் எனும் ஆவல் உந்தும்போது
அவற்றைப் பகிர்வதைத் தவிர்க்க முடியவில்லை;
அவை ஆற்றல், ஆழம், நீளம் மிக்கவை;
அவற்றிடமிருந்து இராணுவம் தனக்குத் தேவையான
வலிமையைப் பெற்றுக்கொள்ளலாம்;
சர்வாதிகாரிகள் ஆளும் சொற்கள்
குண்டு பொழியச் செய்துள்ளன,
துப்பாக்கிகளைச் சுடச் செய்துள்ளன,
அப்பாவிகளின் இரத்தத்தை விழுங்கச் செய்துள்ளன;
மெய்ஞ்ஞானிகளும் அரசியல் அறிஞர்களும்
பேசும் சொற்கள் போரிடும் இரு தரப்பினரையும்
வாள்களை உறைகளில் வைக்கச் செய்துள்ளன;
சொற்கள்தாம் என்றும் என் அன்புக்குரியவை;
அவையின்றி நான் இல்லை;
ஆகவே அவற்றுக்கு என்றும் உண்மையாக இருப்பேன்.
அவற்றின் ஆற்றல், ஆழம், நீளம்
ஆகியவற்றை அடிக்கடி நாம் அலட்சியப்படுத்தினாலும்,
உலகம் சொற்களால் கட்டமைக்கப்பட்டுள்ளது
என்பதே உண்மை;
சொற்களை எப்போதும்
உடன் கொண்டு செல்லுங்கள்;

உங்களுக்கும் உங்கள் காதல் துணைக்குமிடையே
அன்புப் பாலத்தை அவை படைக்கும்;
அவற்றை உங்கள் குழந்தைகளிடம்
சரியான முறையில் பயன்படுத்தினால்
அவர்கள் நீர் கண்ட விதையாய்
வளர்வதை நீங்கள் காணலாம்;
நீங்கள் சந்திக்கும் ஒவ்வொருவருக்கும்
அவர்கள் மரியாதை காட்டட்டும்;
ஏழைகளுக்கும் தேவையுள்ளவர்களுக்கும்
ஆதரவும் நம்பிக்கையும் அவர்கள் அளிக்கட்டும்;
பேராசைக்காரர்களுக்கும் ஊழல் அரசியல்வாதிகளுக்கும் எதிராக
அவர்கள் எழுச்சி பெறட்டும்;
சொற்கள் நிறமற்றவை; பால், இன பேதமற்றவை;
அவற்றை உங்களோடு கொண்டு செல்லுங்கள்;
இந்த உலகத்தை நல்லிடமாக ஆக்குங்கள்;
சொற்கள் ஆற்றல், ஆழம், நீளம் மிக்கவை;
இந்தக் கவிதை அவற்றின்
வலிமையை இசைக்கப் பாடியது.

- எஃபே பால் அஸினோ (Efe Paul Azino)

4
தாய்மொழி

திரும்புகின்றன புற்றுக்கு
எறும்புகள் மீண்டும்;
திரும்புகின்றன மரங்கொத்திப்
பறவைகள் காட்டுக்கு;
திரும்புகின்றன விமானங்கள்
விமான நிலையத்திற்கு
ஒன்றன்பின் ஒன்றாய்ச்
செவ்வானத்தில் இறக்கை விரித்து.

ஓ, என் மொழியே!
உன்னிடம் திரும்பிவருகிறேன்,
எனது ஆன்மாவைத் துன்புறுத்தி
அமைதி காத்து
எனது நா மரத்துப்போகும்போது.

- கேதார்நாத் சிங் (Kedarnath Singh)

தமிழில்: வ.ஜெயதேவன்

5
சந்த ஓசை

இழுக்கிறது என்னைச்
சந்த ஓசை சொற்களிலிருந்து.
தோட்டத்துக் கீழ்ப்பகுதிச் சுவர்மீது
பந்தை எறிந்துகொண்டிருக்கிறான்.
எறிந்த பந்து அவனிடம் வர
அதனைப் பிடித்து மீண்டும் எறிகிறான்.
எறிவதும் திரும்பி வருவதும்
பிடிப்பதும் எறிவதுமாய்
விரைவு கதியில் உடல் இயக்கப் பயிற்சி எடுக்கிறான்.
சிறு இடைவெளிக்குப்பின்,
பந்தை வானத்தில் எறிகிறான்;
எறிந்த பந்தைச் சிரமப்பட்டுப் பிடிக்கிறான் நடுக்கத்தோடு.
மீண்டும் மீண்டும் இப்படியே முயல்கிறான்,
கால ஒழுங்குப்படி இம்முயற்சி
முறையாக அமையும்வரை,
பந்து உயரப் பறப்பதும்
திறம்பட அதனைப் பிடிப்பதுமாய்த் தொடர்கிறான்.
நான் திரும்பவும் தொடர்கிறேன்,
பக்கத்தைப் புரட்டித் தொடங்குகிறேன்,
மீண்டும் மீண்டும் முயல்கிறேன்,
சந்தம் சரியாக அமையும்வரை.
சொற்கள் பறக்கின்றன.
பொருள் பிடிபடுகிறது.

- இன்கிரிட் ஆண்டெர்சென் (Ingrid Andersen)

6
எழுவேன் நான்

எழுவேன் நான்
ஒவ்வொரு வீழ்ச்சிக்குப் பின்னும்;
எழுவேன்
நிற்பேன் செருக்கோடு.

எழுவேன்
சுவருக்கு மேல்;
எழுவேன்
எல்லாவற்றுக்கும் மேல்.

ஒருபோதும் இறவாததும்
ஒவ்வோர் இரவிலும் மறையினும்
ஒவ்வொரு நாளும் எழுவதுமான
சூரியனைப் போல எழுவேன்.

பல சமயங்களில்
தாழ்ந்திருப்பினும்
தவறாது எழுந்திடும்
கடலின் அலைகள் போல
எழுவேன்.

விதைகளிலிருந்து எழுந்து
பேருயரத்திற்கு வளர்ந்து செல்லும்
மரங்களைப்போல எழுவேன்.

தமிழில்: வ.ஜெயதேவன்

ஒருமுறை, இருமுறை, மும்முறை
விழுந்த பின்னும் எழுவேன்
மீண்டும் மீண்டும் எழுவேன் எழுவேன்.

எழுவேன்
ஒவ்வொரு முறை
விழுந்த பின்னும்;
ஒவ்வொரு முறை
விழுந்த பின்னும்
எழுவேன்.

- *சாகர் யாதவ்* (Sagar Yadav)

7

நாம் எழுவோம்

வறட்சியின்போது வரும்
ஒவ்வொரு மழைக்கும்
மழை நாளில் வாய்க்கும்
ஒவ்வொரு இலவச சவாரிக்கும்
நாம் எழுவோம்

செவிட்டுச் செவிகளுக்கு மேலே
பொருளார்ந்த சொற்களுடனும்
வறுமைக்கு மேலே பொருளார்ந்த நம்பிக்கையுடனும்
உலகின் எல்லாச் சூரியோதயங்களுக்கும்
வலியைக் குறைக்கும் அழகான பாடல்களுக்கும்
நாம் எழுவோம்

ஊசுவணிகர்களுக்கு மேலேயும்
மகிழ்ச்சி ஆரவாரங்களுக்கு மேலேயும்
வாழ்க்கையின் பெருங்கொடையான அன்புக்கும்
மனிதனின் வினோத உறுப்பான மனத்துக்கு
நாம் எழுவோம்

அன்பு செலுத்தவும் ஆதரவு காட்டவும்
பரிவு காட்டவும் பாசம் பொழியவும்
நமது கைகளையும் வளையங்களையும் எறிவோம்
நமது வலிமையை எறிவோம்;
வலிமிக்க கசையடிகளுக்கு ஆயத்தமாவோம்;
ஏனெனில் நாம் எழுவோம்

ஆட்சி அதிகாரங்களுக்கு மேலே
தென்கீழ் நைஜீரியனே, நாம் எழுவோம்.

- வின்சென்ட் விலோ (Vincent Nwilo)

8
தெரு

நீண்ட அமைதியான தெரு அது
இருட்டில் நடக்கிறேன், தடுமாறுகிறேன், விழுகிறேன்
எழுகிறேன், மெல்ல நடக்கிறேன் கண்மூடித்தனமாய்,
ஒலியற்ற கற்கள்மீதும் சருகுகள் மீதும்.
யாரோ ஒருவர் என் பின்னால் நடக்கிறார்
நான் நின்றால் அவரும் நிற்கிறார்
நான் ஓடினால் அவரும் ஓடுகிறார்
நான் திரும்பிப் பார்க்கிறேன்: யாரும் இல்லை
ஒவ்வொன்றும் கருமைதான். வெளியே வர வழி இல்லை
மூலைமூலையாகத் திரும்புகிறேன்
எல்லாம் தெருவிற்கே இட்டுச் செல்கின்றன
எனக்காக எவரும் அங்கே காத்திருக்கவில்லை
யாரும் என்னைப் பின்தொடரவும் இல்லை
ஆனால் நான் ஒருவரைப் பின்தொடர்கிறேன்
அவரும் தடுமாறிவிழுகிறார், எழுகிறார்,
என்னைக் கண்டதும் அவர் சொல்கிறார்: யாரும் இல்லை.

— ஆக்டேவியோ பஸ் (Octavio Paz)

தமிழில்: வ.ஜெயதேவன்

9
எல்லாவற்றையும் எடுத்துக்கொள்ளுங்கள்

கடிகாரம் நின்றதும்
கீழே கொண்டுவாருங்கள் அதனை;
உற்றுப்பாருங்கள் அதனை;
கௌரவமாகப் புதையுங்கள் அதனை.
காலம் நின்றதும்
அனைத்தும் நின்றுவிடும்;
என்னிதயமும்தான்.
நம்மிடம் என்ன உள்ளதோ
அது உண்மையானது;
காற்றும் இதனை அறியும்.
எல்லாவற்றையும் எடுத்துக்கொள்ளுங்கள்
என்னிடமிருந்து;
என்னுயிரை எடுத்துக்கொள்ளுங்கள்;
என் பாடலையும் எடுத்துக்கொள்ளுங்கள்;
ஊமையாகிப்போகிறேன் நான்.
உலகின் ஒளியை
எடுத்துக்கொள்ளுங்கள்;
எனக்குத் தேவை
இருளும் தனிமையுமே.
என் வலிமை அனைத்தையும்
எடுத்துக்கொள்ளுங்கள்;
பாணன் நான்;
என் விதி தேர்ந்தெடுக்கப்பட்டதே.
மின்னுவதெல்லாம் பொன்னல்ல
எல்லாப் பொன்னும் மின்னுவதுமில்லை;
சில தூசுடையவை
சில துருப்பிடித்தவை.

- வின்செண்ட் விலோ (Vincent Nwilo)

10
அன்னியர் ஒருவருக்கு எழுதிய கடிதம்

அப்போதுமுதல் அன்னியரான
அன்புக்குரியவரே,
உன்னைப்போல மொழியை
ஏவல் கொள்ளவோ,
உணர்ச்சிகள் கலக்கும்படி
இதயத்தைத் திரிக்கவோ,
புலன்களின் நரம்புகளைத்
தயக்கமின்றி அறுக்கவோ,
என்னிடம் திறமையும் கலையும் இல்லை.

மேலும்...
ஒருபோதும் அப்படி நான் செய்யமாட்டேன்.
அது ஓர் அமைதியான இரவு.
உன்னைத் தொந்தரவு செய்யவோ,
உன்னுடைய 'கருணைமிக்க,'
'பெருந்தன்மையான' தலைக்குக்கீழே உள்ள
தலையணையைத் திருடவோ
நான் கிஞ்சித்தும் நினைக்கவில்லை.

ஆனால்...
நான் ஓர் எரிமலை;

நசுக்கப்பட்ட, பரிதாபத்துக்குரிய,
துரதிர்ஷ்டமான, பாலியல்
இச்சையற்ற எரிமலை;
நான் பேசத் துணியும்
ஒவ்வொரு முறையும்,
சொற்கள் எனக்குத்
துரோகம் செய்கின்றன;
விதி எனக்குத்
துரோகம் செய்கிறது;
காலம், இடம், பூமி,
சொர்க்கம் மட்டுமல்ல
மழைக்காலமும் எனக்குத்
துரோகம் செய்கிறது;
என் காயம் ஆறாது
என்பது எனக்குத் தெரியும்.
புதைக்கும் கலையில் நீ
வல்லவன் என்பதை அறிவேன்.
ஆகவே, மன்றாடி
உன்னைக் கேட்டுக்கொள்கிறேன்,
என்னைப் புதைத்துவிடு.

- இல்ஹெம் இஸ்ஸவி (Ilhem Issaoui)

11
நிலா

கூடத்துக் கடிகாரம் போன்றதொரு
முகம் கொண்டது நிலா;
தோட்டத்துச் சுவர் மேலுள்ள திருடர்கள்மீதும்,
தெருக்கள், வயல்கள்,
துறைமுகக் கப்பல் துறைகள்மீதும்
ஒளி வீசுகிறது அது;
மரங்களின் கவட்டைகளில்
தூங்குகின்றன சிறு பறவைகள்.
மியாவ் எனக் கத்தும் பூனையும்,
கிறீச் எனக் கத்தும் சுண்டெலியும்,
வீட்டு வாயிற்கதவின் அருகே
ஊளையிடும் நாயும்,
நண்பகலில் படுக்கையில்
கிடக்கும் வௌவாலும்,
வெளியே நிலவொளியில்
திரிவதையே விரும்புகின்றன.
ஆனால், பகலுக்குரிய எல்லாம்
நிலவிடமிருந்து விலகித்
தூக்கத்தைத் தழுவுகின்றன;
பூக்களும் குழந்தைகளும்
மூடிக்கொள்கின்றன கண்களை,
சூரியன் காலையில் எழும்வரை.

- இராபர்ட் லூயி ஸ்டீவென்சன் (Robert Louis Stevenson)

12
இன்னும் எரிந்துகொண்டிருக்கும் இரவின்மீது

இன்னும் எரிந்து கொண்டிருக்கும்
இரவின்மீது ஒளிர்கிறது ஒளி வெற்றிடத்தில்;
ஒவ்வொரு காற்றடி பருவமும்
கொண்டு செல்கிறது அதன் பேயை,
கால அலைகளில் பயணிக்கிறார் மாலுமி;
குறி காட்டும் கைகள் எழுப்புகின்றன
சிறகுடைய தொண்டையை.

கடிகாரத்தின் நெம்புகோலிலிருந்து
உருவாகின்றன எண்கள்;
இறகுகள் பொதிந்த கைகள் பறக்கப்
பாடமெடுக்கிறது கோடை;
இலையுதிர் காலம் பாடுகிறது தனது
சோக கீதத்தைப் புறாக்களுக்கு;
குளிர்காலம் நெய்கிறது
புனிதக் கடல் சங்கிலியை;
வசந்தம் பிறப்பிக்கிறது தனது
எல்லாச் செயல்களையும்.

மரங்கள் தெரிவிக்கும் தமது
காலாண்டுக் கால மாற்றங்களை,
தவழ்ந்து செல்லும் புழு
தண்டிலிருந்து கிளைக்கு;

மேகமயமான வேர் நரம்புகள் தமது
சுழல் சமாதிமீது நங்கூரமிட்டு நிற்கும்.

சூரிய ஒளி இருளில்
ஆழ்த்தும் வானத்தை,
இரத்தம் கசியும் நிலாவின்
தோற்றத்தால் மறைக்கப்பட்டு;
காலவரம்பிலாப் பூச்சி
துரோகத்திற்கு உள்ளாக்கப்படும் காலத்தால்.
காலம்தானுமே மரணப் புண்ணை உடைக்கும்.

- ஜே. எம். தாமஸ் (J.M.Thomez)

13
இந்த முகத்திற்குப் பின்னால்

இந்த அமைதியான முகத்திற்குப் பின்னால்
சீறும் புயல் உண்டு,
பிறந்தது முதல் என் தலைக்குள் நிகழும் போர்போல.

இந்தப் புன்னகைக்குப் பின்னால்
தனிமையும் துயரமும் விரவிய குறிப்பு உண்டு,
மெய்யாய் வருத்தமாக இருப்பினும்
மகிழ்ச்சியாய் இருப்பதாய்க் காட்டிக்கொண்டு.

இந்த நீலக் கண்களுக்குப் பின்னால்
ஒளிமிக்க எரியும் நெருப்பு உண்டு,
கட்டுக்குள் அடங்காமல் தீவிரமான பிழம்போடு.

வாய்விட்டு உரக்கச் சிரிக்கும் இந்தச் சிரிப்புக்குப் பின்னால்
கண்ணீர் உண்டு,
மந்தமான மேகத்திலிருந்து வரும் மழைத்துளி போல.

வறண்ட இந்தக் கண்களுக்குப் பின்னால்
வலியின் அருவி உண்டு,
அடைக்க முயன்றும் முடியாத கசிவாய்.

இந்த நம்பிக்கை மிக்க மனிதனுக்குப் பின்னால்
வெட்கப்படும் சிறுவன் உண்டு,
தனிமையும் கூச்சமும் விரவிய பள்ளி மாணவன் போல.

இந்தச் செவிகளுக்கு இடையே
என் தலைக்குள்ளே நிகழும் போர் உண்டு;
சோகத்திற்கு எதிராக மகிழ்ச்சி அல்லது
செத்தவனோடு வாழ்பவன் போரிடுவதுபோல.

இந்தப் பேரிதயத்திற்குப் பின்னால்
உடைந்து, சிதறிய கண்ணாடித் துண்டுகள்போல
என்னிதயம் உண்டு,
இன்னும் ஆறாத காயங்களோடு.

மகிழ்ச்சிக்குப் பின்னால்
துயரம் ஆழமாய் உண்டு,
மூழ்கிவிடக்கூடாது என்பதற்காக
அலைகளில் எதிர்நீச்சல் இடுவதாய்.

- லீ டபில்யூ.பார்க்கெர் (Lee W.Barker)

14
முகக்கவசத்திற்குப் பின்னால்

காயத்தை மறைத்துக்கொண்டு,
வலியை மறைத்துக்கொண்டு,
மழைபோலப் பொழியும்
கண்ணீரை மறைத்துக்கொண்டு,
எப்படி நான் இருப்பினும்
நலமாக இருப்பதாகச் சொல்லுகிறேன்.
என் ஆன்மாவின் இவ்வலி
அடிவயிற்றைக் கிழிக்கிறது.
என் தோலெல்லாம் தீயில்;
நான் எனக்குள் எரிகிறேன்.
என் முகத்தின் அமைதி
என்பது தொடரும் பாவம்.
உலகம் எனக்கு வெளியே நிற்குமாறு
சுவர் எழுப்பியுள்ளேன்.
வலுவற்ற எனது பொய்
தகர்ந்து விழுகிறது.
தனிமை என்னை நுகர்கிறது;
ஆண்டுகளை அது தின்றுகொண்டிருக்கிறது,
முடிவிலா அச்சம்
என் வாழ்க்கையை விழுங்கும்வரை.
காத்திருக்கிறேன், முகக்கவசம் எனக்கு
அணிவிக்கவும் கவனமாக அதனைக்
கழற்றவும் எவரேனும் வருவாரென.
அப்படிக் கேட்பது அதிகப்படியா?

- மெலிஸா பெர்னார்ட்ஸ் (Melisa Bernards)

15
இற்றை இரவு

நிலவு என்பது வளைந்த ஒரு பொற்பூ
வானம் என்பது சலனமற்ற நீலவெளி
வானம் தாங்கும்படி நிலவு படைக்கப்பட்டுள்ளது.
உனக்காக நான்!

நிலவு என்பது காம்பு இல்லாத பூ
வானம் ஒளிமிக்கது
நிரந்தரம் அவ்விரண்டனுக்காகவும்
இற்றை இரவு நமக்காகவும் ஆனவை.

- சாரா தீஸ்டேல் (Sara Teasdale)

தமிழில்: வ.ஜெயதேவன்

16
விடைபெறவிருக்கிறேன் விரைவில்

இன்று மாலை மேகங்களில் சூரியன் மறைகிறது.
நாளை மாலையிலும் இரவிலும் புயல் வரும்;
இருண்ட பனிமூட்டத்தை விடியல் அகற்றும்;
அழியும் காலத்தின் அடிச்சுவடுகளை
இரவுகளும் பகல்களும் பதிக்கும்.

இந்த நாட்கள் எல்லாம் கடந்து போகும்;
இறந்துபோன அன்பானவருக்காய்
எங்கோ தொலைவில் இசைக்கும் பாடல்போலக்
கடல்களின் முகம் மீதும், மலைகளின் முகம் மீதும்,
வெள்ளி நதிகளின் மீதும், உருளும் காடுகளின் மீதும்
நாட்கள் கூட்டமாகக் கடந்து போகும்.

நீர்நிலைகளின் முகம், மலைகளின் உச்சி முதலியவற்றில்
சுருக்கங்கள் விழுந்திருப்பினும் வயதாகாதவை அவை.
இவற்றோடு என்றும் பசுமை மாறாக் காடுகளும்
நாட்களுக்கு மீண்டும் இளமையை அளிக்கும்:
நாட்டின் நதிகள் மலைகளிலிருந்து
கடல்களுக்கு அலைகளைக் கொண்டு செல்லும்.

ஆனால் ஒவ்வொரு நாளோடும்
தலைதாழ்த்திச் சென்று
இன்பச் சூரியனின்கீழ்த்
தலையைக் குளிர்விக்கிறேன்.
பரந்த, கண்மூடித்தனமான
உலகம் காணத் தவறாத
கொண்டாட்டங்களுக்கு இடையே
விடைபெறவிருக்கிறேன் விரைவில்.

- விக்டர் ஹியுகோ (Victor Hugo)

17
உன்னிதயத் தோட்டத்தில்

என்ன விதைகளை ஊன்றுகிறாய்
உன்னிதயத் தோட்டத்திலே?
என்ன வரும் அடுத்து
சின்னதாய் முளைக்கத் தொடங்கியதும்?

எண்ணங்கள்தாம் நாம் பயன்படுத்தும் நாற்று
எந்த ஐயமும் இல்லை இதில்;
நமது மனத்திற்குள் வளமான நிலம்
ஒருபோதும் இல்லாமல் இல்லை.

கருணை எண்ணங்கள் நடப்பட்டால்
நிறையும் மகசூல் நிச்சயமாய்;
அழகு நிறைந்த
அறுவடை காண்பாய் பேரளவில்.

உன் எண்ணங்கள்
இருண்டும் மந்தமாயும் இருப்பின்
மன அழுத்தத்தைத் தரவல்ல
களைகள் விரைந்து வளர்வதையே
காண முடியும் நீ.

ஒருமுறை அவை காலூன்றி விட்டால்
ஒருபோதும் அவை அகல விரும்பா;
உன்னைத் துயரத்தில் ஆழ்த்தி
உன் துன்பத்தில் இன்பம் கண்டு வாழும் அவை.

தீய எண்ணங்களை விரட்டுவது கடினம்
அவற்றுள் சில உனக்குள் ஊடுருவி விடும்
அவற்றைக் கூட்டி வெளியேற்றுவதே
செய்ய வேண்டிய இன்றியமையாத பணி.

அவை மீண்டும் வளர முற்படாமல் தடுக்க வேண்டும்.
அவ்வாறு நீ செய்தால்
ஒவ்வொரு நாளும் பயனுள்ளதாக அமையும்
ஒவ்வொரு நாளும் மன அமைதி மிக்கதாக அமையும்.

- அலோரா எம்.நைட் (Alora M.Knight)

18
வாழ்க்கை என்பது கனவே எனில்...

வாழ்க்கை என்பது கனவே எனில், அன்பே!
இறப்பு என்பது விழித்திருக்கும் நேரம் ஆகும்;
பகலுக்குச் சூரிய ஒளி மட்டும் இல்லை எனில், அன்பே!
இரவுக்கு இசை இல்லாமல் போயிருக்கும்.

பாழ்பட்ட, பாழ்பட்ட உலகமாகியிருக்கும் இது,
ஒளியைக் காக்க ஒருவருமே இல்லாமல்;
நான் கேட்பதெல்லாம் ஒன்றுதான்:
ஒரு முத்தத்துடன் கனவிலிருந்து என்னை எழுப்பு.
கனவு காணல் என்பது நாள்களின் கூட்டுத்தொகை எனில்,
காதலிப்பது கொல்லும் நஞ்சு ஆகும்;
போர் புரிவது புகழ் மாலைக்காக எனில்,
வலிகள் நிறைந்த இதயத்திற்கு ஆறுதலாய் அமையும்.

போராற்றலுக்கான பரிசையும் இகழ்வேன்,
எல்லாக் குறிக்கோள்களுக்கும் மேலாய்
மனிதனின் உயர்ந்த உரிமையைத் தெரிவு செய்வேன்,
துன்பப்படுவதற்கும் காதலிப்பதற்கும்.

- பால் லாரன்ஸ் தன்பார் (Paul Laurence Dunbar)

19
ரோஜாப்பூக்கள்

இன்று காலை உனக்கு
ரோஜாப்பூக்களைக் கொண்டுவர விரும்பினேன்.
எனது அரைப்பட்டிகையில்
ஏராளமான பூக்களைத் திணித்தேன்.
இறுக்கமான முடிச்சால்
எல்லாப் பூக்களும் அதில் அடங்கவில்லை.

முடிச்சு அவிழ்ந்து கொண்டது.
ரோஜாக்கள் பறந்துவிட்டன.
காற்றால் அடித்துச் செல்லப்பட்டுக்
கடலில் விழுந்த அவை
நீரால் அடித்துச் செல்லப்பட்டுவிட்டன,
திரும்பி வாரா வண்ணம்.

எரியூட்டப்பட்டதைப்போல
அலைகள் செந்நிறத்தில்!
எனது ஆடை இன்னும் மணக்கிறது.
மணக்கும் நினைவுகளோடு
இன்றிரவு சுவாசிப்பேன்.

- மெர்சிலின் தெஸ்பார்டெஸ்–வால்மோர் (Marceline DesbordesValmore)

20
எழுத்து

வெற்றுப் பக்கம் ஒன்றில்
தன்னைத் தானே சிக்கவைத்துக்கொண்டான்
அதில் வீடு ஒன்று சமைத்தான் ஒருத்திக்காக.
அங்கு அவள் அவனது
சொந்த உள்ளுலகைத் தோலுரித்தாள்.
இவ்வுலகில் அவன் ஒளிர்கிறான்,
ஆசை கொள்கிறான், வாழ்கிறான்,
எனினும் அது அவனுக்குச் சொந்தமானதல்ல.

- அல்சத்தீக் அல்ராட்டி (Alsaddiq AlRaddi)

21
ஓர் ஆவணம்

பூமி ஓர் அழகான புத்தகம்,
சூரிய சந்திரர் அட்டையுடன்.
ஆனால், பட்டினி, வறுமை, அடிமைத்தனம்...
கடவுளே, இவை எல்லாம் உன் போதனைகளா?
அல்லது வெறும் அச்சுப் பிழைகளா?

- அம்ரிதா பிரீதம் (Amrita Pritam)

22
பொன்னெல்லாம் மின்னாது

பொன்னெல்லாம் மின்னாது
அலைபவரெல்லாரும் தொலைந்தவரல்ல
வலிமையான வயோதிகரெல்லாரும் தளர்பவரல்ல
ஆழமான வேர்களெல்லாம்
பனியால் அடையக்கூடியவை அல்ல

சாம்பலிலிருந்து நெருப்பு விழிக்கும்
நிழலிலிருந்து ஒளி எழும்
உடைந்த வாளலகு மீண்டும் கூர்மை பெறும்
முடியிழந்தவன் மீண்டும் அரசன் ஆவான்.

- ஜே.ஆர்.ஆர்.தால்கீன் (J.R.R.Tolkien)

23

உண்மையானது அல்ல

வீட்டு நினைப்பு என்பது இருளகலாத
வைகறைக்குப் பாடும் பறவை.
காட்டுக்கு வெளியே இருக்கும் மரம்
தனக்குத்தானே பாடிக்கொள்வதா? அல்லது
பனிவடக்கத்தால் உறைந்துபோன காலமா?
உனக்கும் தூக்கத்திற்கும் இடையேயான
தொலைவு என்பது
உன் நரம்புகளுக்கும் மெத்தையின் குளிர் விரிப்புக்கும்
இடையே எங்கோ இருப்பது.
உன் மெத்தைக்கு அடியில்
தலைமறைவான எலி குசுகுசுக்கிறது:
'நான் தனிமையால் பரப்பப்படும்
இன்னொரு வதந்தி,
உண்மையானது அல்ல நான்,
உண்மையானது அல்ல நான்'.

- தினாஷே முஷாகவன்ஹு (Tinashe Mushakavanhu)

24
விடியல்

கறை படியாத வெள்ளை ஆடை
அணிந்த தேவதை,
உறங்கும் இரவை
முத்தமிட்டது குனிந்து.
விழித்தெழுந்த இரவு நாணியது;
தேவதை போய்விட்டது.
நாணத்தைக் கண்ணுற்ற
மக்கள் விடியல் என்றனர் அதனை.

- பால் லாரன்ஸ் தன்பார் (Paul Laurence Dunbar)

25
எனது கண்களைப் பறி

எனது கண்களைப் பறித்தாலும்,
என்னால் உன்னைக் காணமுடியும்,
அறைந்து எனது செவிகளை முடக்கினாலும்,
என்னால் உன் குரலைக் கேட்க முடியும்;
கால்கள் இல்லாவிட்டாலும்,
என்னால் உன்னிடம் வரமுடியும்,
நாக்கு இல்லாவிட்டாலும், நீ விரும்பினால்,
என்னால் உன்னிடம் பேசமுடியும்.
கைகளை முறித்தாலும், பற்றிக்
கையால் செய்வதைப்போல
இதயத்தால் அணைத்துக்கொள்வேன்;
என்னிதயம் நின்று போனாலும்,
மெய்யான மூளைத் துடிப்பு இருக்கும்;
என் மூளைக்கு நீ தீமூட்டினாலும்,
எனது இரத்த ஓட்டத்தில் உன்னைச் சுமந்து வருவேன்.

- ரெய்னெர் மரியா ரில்கே (Rainer Maria Rilke)

26
கனவுக் காப்பாளர்

கனவு காண்போரே!
உங்கள் எல்லாக் கனவுகளையும்
என்னிடம் கொண்டுவாருங்கள்;
உங்கள் எல்லா இதயப் பாடல்களையும்
என்னிடம் கொண்டுவாருங்கள்;
நீலமேகத் துணியில்
அவற்றையெல்லாம்
சுற்றிவைக்கிறேன்,
உலகத்தின் முரட்டு விரல்களுக்கு
எட்டாதபடி.

- லேங்ஸ்டன் ஹுகேஸ் (Langston Hughes)

27
கல்லறையும் ரோஜாவும்

ரோஜாவுக்குக் கல்லறை கூறியது:
'உன்மீது விடியல் தெளிக்கும்
கண்ணீரைக் கொண்டு
என்ன செய்கிறாய், காதல் மலரையா?'

கல்லறைக்கு ரோஜா கூறியது:
'எப்போதும் திறந்திருக்கும்
உன் குழிகளில் விழுவனவற்றை
என்ன செய்கிறாய் நீ?'

ரோஜா கூறியது: 'கல்லறையே!
இந்தக் கண்ணீரைக் கொண்டு நிழலில்
நறுமணப் பொருளையும்
தேனையும் தயாரிக்கிறேன்.'

கல்லறை கூறியது: 'ஆசை மலரே!
என்னிடம் வரும் ஒவ்வொரு
ஆன்மாவையும் சொர்க்கத்தில்
தேவதை ஆக்குகிறேன்.'

- விக்டர் ஹியுகோ (Victor Hugo)

தமிழில்: வ.ஜெயதேவன்

28
எனது தேர்வு

எனக்குரியதைத் தேர்வு செய்ய
வாழ்க்கை என்னை அனுமதிக்காமல் போகலாம்;
ஆனால் மகிழ்ச்சியாக இருப்பதா கூடாதா என்பது
எனது தேர்வு.

துன்புறுத்தும் நினைவுகளை
எனக்குப் பின்னால் விட்டுச் செல்வது
அல்லது எனது மனத்தை வருத்த
அவற்றை அனுமதிப்பது என்பது
எனது தேர்வு.

தவறு செய்யும்போது அது குறித்தே வருந்துவது
அல்லது அதிலிருந்து பாடம் கற்றுக்கொண்டு
தொடர்ந்து மேலே செல்வது என்பது
எனது தேர்வு.

மற்றவர்கள் சொல்வனவற்றுக்கெல்லாம்
வருந்திக் கொண்டிருப்பது
அல்லது அவற்றைப் பொருட்படுத்தாது
எனது பாதையில் தொடர்ந்து பயணிப்பது என்பது
எனது தேர்வு.

எனது உணர்ச்சிகளை மறைத்து, அடக்கி,
வெளியே புலப்படுத்தாமல் இருப்பது
அல்லது மனம் திறந்து பேசி
எனது சுமையைக் குறைத்துக் கொள்வது
எனது தேர்வு.

என்னால் ஈட்ட முடிந்தது கொண்டு
மகிழ்ச்சி காண்பது
அல்லது அதனை வெறுப்பது,
நன்றி பாராட்டாது என்பது
எனது தேர்வு.

எனக்குரியதைச் சில சமயங்களில்
நான் பெறாமல்கூடப் போகலாம்
மகிழ்ச்சியோடு இருப்பதா கூடாதா என்பது
எப்போதும் எனது தேர்வே.

- அபிம்போலா டி.அலாபி (Abimbola T.Alabi)

29
ஒரு மரமாக நான் இருப்பேன்

ஒரு மரமாக நான் இருப்பேன்,
அதன் பூவாக நீ இருப்பாயாகில்;
ஒரு பூவாக நான் இருப்பேன்,
அதன் பனித்துளியாக நீ இருப்பாயாகில்;
ஒரு பனித்துளியாக நான் இருப்பேன்,
சூரிய ஒளியாக நீ இருப்பாயாகில்;
நாளும் நேசிப்பாய் நீ என்னை.
என் இதயமே!

இருள் பெட்டகமாய் நீ இருப்பாயாகில்,
விடிவெள்ளியாக நான் இருப்பேன்.
நரகத்தின் நெருப்பைக் கொண்டு
நீ என்னை எரிப்பினும்
இறுகப் பற்றி உன்னை
என் இதயத்திற்கு அருகில்
நெருக்கமாக இருத்திக்கொள்வேன்.

- சந்தூர் பெட்டோஃபி (Sandor Petofi)

30
இரவு நிலா

காடுகளைத் திறந்து உள் நுழைந்து
விளக்கு ஒன்றினுள்
இரத்தத்தைக் கொட்டியது சூரியன்.

என் மக்களின் கிராமத்தில்
அவர்களது வாழிடத்தில்
அமர்ந்திருக்கிறேன் அமைதியாய்.

ஒவ்வொன்றும் அப்படியே
முன்பிருந்தவாறே உள்ளது.
ஒவ்வொன்றும் மக்கள் முகங்களில்
தலைமுறை தலைமுறையாகச் சேமிக்கப்பட்டுள்ளது.

என் முன்னோர்கள் தம்முடைய
வழித்தோன்றல்களுக்காக வெட்டிய
கிணறு நான்.
என்னுடைய ஆழமான, இரகசியமான
நீரிலிருந்து வருகிறது ஒவ்வொரு துயரமும்.

- ஹாய் ஸி (Hai Zi)

31
போரே இல்லை எனில்

போரே இல்லை எனில்,
பூமிக்கும் செவ்வாய்க் கோளுக்கும் இடையே
நாம் பாலம் கட்ட முடியும்,
ஆயுதங்களைத் திறந்த அடுப்பு உலையில் உருக்கி.

போரே இல்லை எனில்,
ஆயிரம் ஆண்டு அறுவடை
ஒரே நாளில் வளரக்கூடும்.
பூமிக்கு நிலாவையும் நட்சத்திரங்களையும்
விஞ்ஞானிகள் கொணரக்கூடும்.

இராணுவத் தளபதியின் கண்களும் கூறுகின்றன:
'ஒரு சிற்றூருக்குத் தலைவன் ஆகியிருப்பேன்,
போரே இல்லை எனில்'.

போரே இல்லை எனில்,
அகால மரணங்களை நாம் தவிர்த்திருக்க முடியும்.
நமது தலைமுடியும் தாமதமாக நரைத்திருக்கும்.

போரே இல்லை எனில்,
துயரத்தையோ பிரிவையோ
எதிர்கொண்டிருக்க மாட்டோம்.

போரே இல்லை எனில்,
சொல்லே மனிதகுலத்தின் குண்டாகவும்
அன்பே மனிதகுலத்தின் சொல்லாகவும் இருந்திருக்கும்.

- மம்மத் அரஸ் (Mammad Araz)

32

கல்லறை

விடியலைப் படைத்ததும்,
நாளைப் பிறப்பித்ததும்,
பிற்பகலை வளர்த்ததுமான
சூரியன் இங்கேதான் படுத்திருக்கிறது.

ரோஜாக்களைக் கருவுறச்செய்து
அவற்றின் இதழ்களைப் பறித்துக்கொண்ட
ஒளிமிக்க கைகளை உடைய
மாய இடையன்

எல்லாப் பெண்களின்
உருவங்களை உடையதும்
கடலில் இறந்துபோனதும்
மென்மையும் வன்மையும்
ஒருங்கே கொண்டதுமான
அர்த்தநாரி சூரியன்
இங்கேதான் படுத்திருக்கிறது.

-- வினிசியஸ் டி மிரேஸ் (Vinicius de Miraes)

33
என் உடன்பிறந்தவன்

இரத்தம் சிந்துகிறது ஈரல்;
மூச்சுயிர்க்கப் போராடுகிறது நுரையீரல்;
படிக்கின்றன கவிதையெனும் பாத்திரங்கள்;
மறைகிறது வலி, குறைகிறது கண்ணீர்;
மிதக்கிறது அன்பு,
துயரக் கடல் அலைகள் மீது;
குறைகிறது சதுப்பு நிலத்தில் நட்டது;
மலர்கின்றன நட்பு விதைகள்;
சொற்களுக்காக வாழ்வது ஒரு பொருட்டல்ல இனி;
தழுவுகிறேன் உடன்பிறந்தவனை;
நேசிக்கிறேன் மலை உச்சியில் நின்றபடி புத்தம்புது
காலைப்பொழுதைப் பார்த்துக்கொண்டிருக்கும் அவனை;
குசுகுசுக்கிறேன் மெல்ல அவனிடம்
நாமெல்லாம் ஒன்றே என்று.

- ஆர்தர் வஸோ (Arthur Vaso)

34
நிலாவின் அணிகள்

இன்று காலை
வயல்களில்
ஆயிரக்கணக்கான
வைரங்கள்
இருந்தன;
எல்லோரும் அவற்றைப்
பனித்துளிகள் என்றனர்;
எனக்கென்னவோ
அவை நிலா
உடைத்தெறிந்த
அதன் கழுத்தணிகளாகத்
தெரிகின்றன.

- ஆன்னிமேரி சபௌடன் (AnneMarie Chapouton)

35
வீட்டுக்கு வா

பறவை தனது பாட்டின்
இறுதிப் பகுதிக்கு வந்துள்ளது
மரம் மூழ்கிக்கொண்டுள்ளது
பறவையின் கால்நகங்களின் அடியில்.

வானத்தில் முறுக்கிக்கொண்டுள்ளன முகில்கள்
இயற்கை நிலாக்கப்பலின் விரிசல்களுக்குள் பரவுகிறது இருள்.

தந்திக்கம்பிகளில் மட்டும்
தகவல் ஒன்று தட்டப்படும் ஒலி:

வீட்டுக்கு வா.

- மிரோஸ்லாவ் ஹோலப் (Miroslav Holub)

36
பேனாவின் ஆசை

வானம் உன் இதழ்களை மூடுமுன்
என் கவிதை உன்னை முத்தமிடட்டும்.
கடல் உன் கண்களுக்குள் மூழ்குமுன்
என் கவிதை அங்குப் பொழியட்டும்.
காற்று உன் முகத்தில் கூந்தலை வீசுமுன்
என் கவிதை உன் முகத்தைத் துடைக்கட்டும்.
நட்சத்திர ஒளி சூழ் இரவு உன் ஆன்மாவுக்குள் உருகியோடுமுன்
என் கவிதை உன் ஆன்மாவில் கலக்கட்டும்.

- ஹார்திக் வைத்யா (Hardik Vaidya)

37
நினைவில் வைத்திருக்கிறேன்

தோட்டத்தில் இந்த இடத்திலும்
எனது நகரத்தின் சந்துகளிலும்
எனது நினைவில் ஆழமாகவும் நீ
விட்டுச்சென்ற நறுமணத்தை
நான் நினைவில் வைத்திருக்கிறேன்.

எனது கவிதையில் நீ
விட்டுச்சென்ற சொற்களை
நான் நினைவில் வைத்திருக்கிறேன்.

என்னிடம் நீ விட்டுச்சென்ற எல்லாவற்றையும்
நான் நினைவில் வைத்திருக்கிறேன்.

உன்னை நான் நினைவில் வைத்திருக்கிறேன்.

- ஆமிர் வானி (Aamir Wani)

38
சொல்

புனிதமான சொல்
புரிந்துகொள்ள முடியாத பொருளாழம்
அயல்நாட்டு நாடோடிப் பெண்ணின் பூமி!

நிழல், ஒளிகளுக்கு இடையேயும்
துணிவு, அச்சங்களுக்கு இடையேயும்
நடக்கும் மகளைத் தொடுக.

அவள் சார்ந்த உலகை
வடிவமைக்கும் மெல்லிசை
இராகங்களை இசைக்க!

நறுமணம் பரப்பும்
சொற்களைப் பேசுக!
காலம், வெளி வழியாக
ஆன்மாவைக் கொண்டு செல்க!

— ரிப்கா சிபது (Ribka Sibhatu)

39
நெருப்பாய் மாறும்

அறுவடையான என் கவிதைகள்
காற்றிலே தூற்றப்படும்.
திறம்படப் படைக்கப்பட்டிருப்பின்,
இலேசான, ஆழமற்ற கவிதைகள்
அடித்துச் செல்லப்படும் காற்றில்;
கனதியான, தசைப்பற்றுடைய கவிதைகளாயின்
தூற்றும் முறத்திற்கே மீண்டும் வந்து
இறைச்சி போல என் வயிற்றுக்குள்
நெருப்பாய் மாறும்.

- எஸ்.சந்திரமோகன் (S.Chandramohan)

40
ஒரு பாலைவன மலர்போல

மழைக்குக் காத்திருக்கும் பாலைவன மலர்போல,
மட்குடங்களின் தொடுதலுக்குத் தாகமுடைய ஆற்றங்கரைபோல,
ஒளிக்கு ஏங்கும் வைகறைபோல
பெண் இல்லாமல்
அழிவிலிருக்கும் ஒரு வீடுபோல,
ஒரு வீடுபோல,
நம் காலத்தின் அயர்ச்சிக்கு ஆளானவர்களுக்கு
மூச்சுயிர்க்க ஒரு தருணம் தேவை,
உறங்க ஒரு தருணம் தேவை,
அமைதியின் கைகளில், அமைதியின் கைகளில்.

- பர்வீன் ஃபைஸ் ஸதாஹ் மலால் (Parween Faiz Zadah Malaal)

41
வேண்டாம் விழிப்பு

டஜன் கணக்கில்
குழந்தை வேண்டும்
என் வாழ்வில் எனக்
கனவு கண்டிருக்கிறேன்
ஒவ்வொரு மாதமும்
இழக்கும் ஆற்றல்சால் மனிதருக்கு
அஞ்சலி செலுத்துகிறேன்
இப்போது பணிக்குச்
செல்ல நடக்கிறேன்,
குப்பைத்தொட்டி கடந்து.
கேட்டிராத அழுகைக்குரல்கள்
கனவுகளில் நிறைகின்றன.

- கிரிஸ்டல் வார்ரென் (Crystal Warren)

42
கிணறு நான்

காடுகளைத் திறந்து உள் நுழைந்து
விளக்கு ஒன்றினுள்
இரத்தத்தைக் கொட்டியது சூரியன்.

என் மக்களின் கிராமத்தில்
அவர்களது வாழிடத்தில்
அமர்ந்திருக்கிறேன் அமைதியாய்.

ஒவ்வொன்றும் அப்படியே முன்பிருந்தவாறே உள்ளது.
ஒவ்வொன்றும் மக்கள் முகங்களில்
தலைமுறை தலைமுறையாகச் சேமிக்கப்பட்டுள்ளது.

என் முன்னோர்கள் தம்முடைய
வழித்தோன்றல்களுக்காக வெட்டிய
கிணறு நான்.
என்னுடைய ஆழமான, இரகசியமான
நீரிலிருந்து வருகிறது ஒவ்வொரு துயரமும்.

- ஹாய் ஸி (Hai Zi)

43
வில்லாளன்

உன்னிதயம் நோக்கிக்
குறிபார்த்துக் கூரிய, ஒளிமிக்க
மன்மதனின் அம்புமுனையை இருத்தி
வில்லை இயக்குகிறேன்.
ஆனால், அம்பு இலக்கை எட்டுமுன்,
உன்னிதயத்தில் குத்தி இரத்தம் எடுக்குமுன்,
விரைந்து பாய்ந்து வந்து
அம்பைக் கைப்பற்றுகிறேன்.
இதுவும் காதலிக்கும் ஒரு வழிமுறைதான்
இதனைக் கண்டுபிடித்தவன் நான்தான்.

- ஸஹ்ராத் (Zahrad)

44
இயற்கையின் பிழை

கவிஞர்களாக எழும் கோமாளிகள்,
திமிர் பிடித்த அதிகாரிகள்,
விதிகளின் காப்பாளர்களாகக் கூச்சல் போடுபவர்கள்,
நீங்கள்தாமே தரத்தைத் தாங்கிப் பிடிப்பவர்கள்,
சாயம் போன நிறங்களை ஏந்திக்கொண்டு.
கவிஞராக இருப்பது பெருமைக்குரியது அல்ல.
அது இயற்கையின் பிழையே.
அது அச்சத்தோடு தோளில் சுமக்கும் சுமையே.

- யூஜெனியோ மண்டேல் (Eugenio Montale)

45
பூமி இயக்கமற்று நின்ற நாள்

இந்தக் கவிதையை நான் ஒரு
துண்டுத்தாளில் எழுத விரும்பவில்லை
வரிகளுக்கிடையே வாசிப்பதிலும்
வாக்கியங்களுக்கு அடியிலே நோக்குவதிலும்
அக்கறை கொண்டோரின் இதயங்களிலே
எழுத விரும்புகிறேன்.

இந்தக் கவிதை மையில் எழுதப்படவில்லை
ஆனால், அழாமல் போன கண்ணீரிலும்
உடைந்த இதயத்தின் துண்டுகளிலும்
சிதைந்த ஆன்மாவின் சில்லுகளிலும்
இந்தக் கவிதை எழுதப்பட்டது.

ஒளி மெல்ல இருட்டைத் துரத்திச் செல்வதும்
தளர்ந்தும் வலுவற்றுமுள்ள உயிர்களைத் தேடி
பூமியைச் சுற்றி மரணதேவன் அலைவதுமான
விடியற்காலையில் இந்தக் கவிதை எழுதப்பட்டது.

மேற்கில் சூரியன் உதிப்பதும்
நிலாவைச் சுற்றிப் பூமி சுழல்வதுமான
அத்தி பூத்தாற் போன்ற நிகழ்வுகள் அரங்கேறும்
அந்தக் காலத்திற்காக
இந்தக் கவிதை எழுதப்பட்டது.

இந்த உலகம் அளிக்க வேண்டிய
அழகுகளைக் காணும் பார்வையை இழக்கும்,
எதார்த்தத்தை மட்டுமன்றிக்
கற்பனையையும் தொடும் திறனை இழக்கும்
ஒருவனுடைய சொற்களே இவை.

மன்மதனின் அம்பு,
சாம்சனின் தலைமுடி நாகங்கள்,
தேவதைகள், துன்பத்தில் உழலும் பெண்
இவற்றை அவள் நம்புமாறு செய்த
உந்துசக்தி.

எல்லையின்மையை எப்படி அளப்பாய்,
மனிதப் புரிதலுக்கு அப்பால் கடக்கும்
சூத்திரம் இருக்கும்போது?
நட்சத்திரங்கள் ஒளிர மறுப்பதும்
கடவுளர்களுக்கு வேள்வி நடத்த மறந்த
தலைமுறைகள் அவிசொரிதல்போல
இறந்தவர்மீது நிலா
இரத்தக் கண்ணீர் வடிப்பதுமான
இரவோடு மட்டுமே இதனை ஒப்பிடலாம்.

அதிர்வுகளால் நடுங்கும் அவளது ஆன்மாவால்
அவளது உடல் நடுக்குறுவதைக் கவனித்தேன்.
ஒரு செவிடரின் அமைதி நிறைந்த அவ்வறையில்
அவளுடைய இதயம் உடைபடும் ஓசையை
நீங்கள் கேட்க முடியும்.
அவளைச் சுற்றியுள்ள பெண்களின் வெம்மையால்கூட
அத்தருணத்தின் பனித்தன்மையை
உருகச் செய்ய முடியவில்லை.

தனதின் ஒரு துண்டைக் கிழிக்கும்
கூர்மையான உலோகத்தின் குளிர்ச்சிக்காய்க்
காத்திருந்து
காத்திருந்து தனது கண்களை
இந்த உலகத்திற்காய் மூடிக்கொண்டாள்

கடவுள் இறங்கி வருவார் எனும் நம்பிக்கையில்
இறந்தவர்களைக்கூட அச்சுறுத்தும் வகையில்
அந்த மருத்துவ மனையின் தாழ்வாரங்களையும் நிறைத்த
வலியின் அலறல் ஓசையை அவள் வெளிப்படுத்தியபோது
பூமி இயக்கமற்று நின்றது.
கடவுளின் முன்னிலையை நம்மால் உணர முடிந்தது.

இந்தத் தருணத்தின் கனத்தை
எதுவும் அளந்திட முடியாது
அவளுடைய கருச்சிதைவு
அவளுடைய குழந்தை
முடிவற்றது மட்டுமே...
இந்த நாள்தான் பூமி இயக்கமற்று நின்றது.

- அசிஸ் மோலா (Aziz Mola)

46
மாந்தன் எனும் பெயர்

மாந்தர் யாவரும் முழுமை ஒன்றின் உறுப்பினர்களே,
ஒரு பிழிவின், ஆன்மாவின் படைப்பில்.
வலியால் ஓர் உறுப்பினர் வருந்திடினும்
ஏனை உறுப்பினரும் வருந்துவர்.
பிறர் வலிக்கு நீ இரங்காவிடில்
மாந்தன் எனும் பெயரை நீ தக்கவைக்க முடியாது.

- சா'தி (Sa'adi)

47
நீ ஒரு கவிதையாயின்...

நிறுத்தக் குறிகளாய் உன் கவிதையில்
முற்றுப்புள்ளிகள் இடம்பெறும்போது
இறந்தவருக்கான இரங்கற்பாவாக
உன் பாடல் வெளியேற்றப்படுகிறது.

உன் தொண்டைக்கு எதிராக இதயம் அடைபடும்போது
உன் ஆன்மாவில் உன் கவிதை மறைக்கப்படுகிறது.

பக்கம் ஒன்றில் கருத்துச் சுதந்திரத்திடமிருந்து
தப்பிக்க உன் குரல் போராடுகிறதா?
நட்சத்திரங்களற்ற இருட்படலமான இரவால்
உன் மனப்படிவங்கள் கைதுசெய்யப்படுகின்றனவா?

நீ ஒரு கவிதையாயின்,
உன் இருப்பின் உருவகங்கள் எங்கே குடிகொள்ளும்?
வலிமையான, உறுதியான சுவர் அரணாக அது இருக்குமா?
அல்லது தவறிழைத்த ஒருவனது வலுவற்ற தூரிகைபோன்ற
விரக்திக்கு எதிராகத் தாக்குப்பிடிக்குமா?

உன் கண்கள் மூர்ச்சை நோய்க்கு அலறுகின்றனவா?
நதிகளைக் கண்ணீர் வெள்ளம் என
உருவகிக்கக் கிட்டப்பார்வைக் கோளாறா?
பணிச்சுமையால் பணியிலிருந்து விலகிய ஒருத்தியைப்போல
உன் பார்வையும் குருடாகிப் போனதோ?

அரைக்கும் பற்களுக்கிடையே
உன் விரல்கள் சிக்கிக் கொண்டனவா?
விரக்தி, சீற்றம், கொடுமை எல்லாம் ஒன்றுசேர்ந்துகொண்டனவா?
நம்பிக்கையிழப்பால் நேர்ந்த தீய உள்நோக்கத்தோடு
அவையெல்லாம் சேர்ந்து
நியாயமில்லாத உன் விதியைச் சமைக்கின்றனவா?

நீ ஒரு கவிதையாயின்
தங்கு தடையின்றி உன் கவிதை அடிகள் பாய்ந்தோடுமா?
அல்லது உன் சொற்கள் அழுகையும் கண்ணீரும் கலந்த
மைக்கறை படிந்தவையாக இருக்குமா?
வெறுப்புடன் கசக்கி வீசியெறிந்த உன் கவிதைத்தாள்கள்
ஈரமுற்ற நிலையில் குப்பைக்கூடையில் கிடக்குமா?

நீ ஒரு கவிதை –
உன் கதை கவிதையாகையில்
படிப்பதற்கும் திருத்தம் பெறுவதற்கும் உரியது உன் எழுத்துப்படி.
பயனற்ற நாடகமாய்ப் புலம்புகிற
ஒரு அருவருப்பான சரிதையாக உன் கதை முடிவுறாது.

- பில்கிஸ் மூலா (Bilkis Moola)

தமிழில்: வ.ஜெயதேவன்

48
நீதான் என் சூரியோதயம்

கண்களை நான் திறக்கும்போது
புன்னகைக்கிறது சூரியன்;
துயிலெழுந்த வானத்திற்குக் காதல்பாட்டு
இசைக்கின்றன பறவைகள்;
ஒளிக்கதிர்களை மிக அழகாய்ப் பரப்பிச்
சூரியன் ஒரு மலை மீது ஏறுவதைச்
சாளரம்வழிப் பார்க்கிறேன்.

மஞ்சளும் சிவப்புமான ஒளியை
மரங்கள் கைக்கொள்கின்றன.
அன்பு பொழிந்தபடி
அணைத்துக்கொள்கிறது என்னை
எழுஞாயிறு.
தனது இளஞ்சிவப்பு ஒளியால் மேகங்களை
அணைத்துக்கொண்டு
தெளிந்த நீலநிற நீரோட்டத்தில்
தனது எதிரொளியைப் பார்க்கிறது
எழுஞாயிறு.

- தியோ வில்லியம்ஸ் (Theo Williams)

49
என்ன ஓர் அற்புதமான உலகம்!

பச்சை மரங்களைப் பார்க்கிறேன்
சிவப்பு ரோஜாக்களையும்தான்;
உங்களுக்காகவும் எனக்காகவும்
அவை பூப்பதைப் பார்க்கிறேன்;
நான் எனக்குள்
நினைத்துக்கொள்கிறேன்:
என்ன ஓர் அற்புதமான உலகம்!

நீல வானத்தையும்
வெண்முகில்களையும் பார்க்கிறேன்;
ஆசீர்வதிக்கப்பட்ட ஒளி நாள்;
இருண்ட புனித இரவு;
நான் எனக்குள்
நினைத்துக்கொள்கிறேன்:
என்ன ஓர் அற்புதமான உலகம்!

வானவில்லின் வண்ணங்கள்
வானத்தில் மிகவும் அழகு!
கடந்து செல்லும் மக்கள் முகங்களிலும்தான்;
நண்பர்கள் கைகுலுக்குவதையும்
"எப்படி இருக்கிறீர்கள்?"
என நலம் விசாரிப்பதையும்

தமிழில்: வ.ஜெயதேவன்

"உங்களை நேசிக்கிறேன்" என
உண்மை உரைப்பதையும் பார்க்கிறேன்
குழந்தைகள் அழுவதைக் கேட்கிறேன்
அவர்கள் வளர்வதைப் பார்க்கிறேன்
அவர்கள் இன்னும் நிறையக்
கற்றுக்கொள்வார்கள், என்னால் ஒருபோதும்
இயலாததை எல்லாம்;
நான் எனக்குள்
நினைத்துக்கொள்கிறேன்:
என்ன ஓர் அற்புதமான உலகம்!

ஆம், நான் எனக்குள்
நினைத்துக்கொள்கிறேன்:
என்ன ஓர் அற்புதமான உலகம்!

ஓ! ஆமாம்.

- லூயிஸ் ஆம்ஸ்ட்ராங் (Louis Armstrong)

50
முன்னோக்கி

I

கவிதை, ஒரு குழந்தை அல்ல,
பள்ளியில் சேர்க்கவும்
'அ', 'அல்லா' என
நான் சொல்லத் திரும்பச் சொல்லுமாறு செய்யவும்;
அது இனிப்புக் கேட்டால்,
நான் பர்பி தருவேன்.
பொம்மைக்கு ஆடை கேட்டு வலியுறுத்தினால்
நான் காகித ஆடை தருவேன்.
சில நேரங்களில் ஒரு கணம்
கதவின் பின்னே
அழுத பிறகு
என் மடியில் வந்து அமர்ந்துகொள்ளும்.

II

கவிதை, ஒரு தோழி அல்ல,
என்னைச் சந்திக்கச் சொல்லவும்,
எல்லா வேலைக்கும் விடையளித்துவிட்டுத்
தனது அனுபவ வெளிச்சத்தில்
எனக்கு ஆலோசனை கூறவும்.

தமிழில்: வ.ஜெயதேவன்

நான் சில பிரச்சனைகளால் தவிக்கும்போது,
அவளிடம் என் வேதனையைத் தெரிவிக்கவும்,
அவள் எனக்கு ஆறுதல் கூறவும்,
அவளிடம் என் கண்ணீரைப் பகிர்ந்துகொள்ளவும்,
அவள் விரும்பி என்னைப் பின்தொடரவும்,
அவள் முன் புதிய வழி ஒன்றைக்
கண்டுபிடித்துள்ளதை வெளிப்படுத்தவும்.

III

கவிதை, இலையுதிர்காலத்தின்
ஒரு பழுத்த இலை அல்ல,
நான் சேகரிக்கவும்
தீ வைத்து ஒழிக்கவும்;
பிறகு என் காலடிகளால்
மிதித்து நசுக்கவும்;
பதிலுக்கு ஒரு நுண் வினாடி
அது அழுது அடிபணியவும்,
அதன்மீது பனி படரவும்.
புத்தக இலைகள் எங்கே போயின என்று
வசந்தம் எப்போதாவது நினைவில் கொள்ளுமா?

IV

கவிதை, ஒரு கறி அல்ல,
முறையாக நான் நறுக்கி,
தெரிந்துகொண்டும் புரிந்துகொண்டும்
என் விருப்பப்படி இனிப்பு,
உப்பு, காரம் சேர்த்து வறுத்து
மசாலா மணம் கூட்டிச் சமைக்கவும்
வாடிக்கையாளர்களுக்கு அவர்கள்
சுவைக்கேற்பப் பரிமாறவும்.

V

கவிதை, ஒரு நூலகம் அல்ல,
நான் விரும்பும் போதெல்லாம்
அதில் நுழையவும்,
புத்தகத்தை எடுக்கவும்,
என் விருப்பப்படி
அதை மடிக்கவும்,
சுற்றி நடந்து
அலமாரிகளையும் பேழைகளையும் அலசவும்,
புத்தகங்களை தூசு தட்டவும்,
அவற்றின் மூலைமுடுக்கில் அடையாளமிடவும்.

VI

கவிதை, ஓர் அழகுக் கலைஞர் அல்ல,
மாய வித்தைபோன்ற வழிகளில்
நரைதிரைகளை நீக்கி மீண்டும்
இளமையைக் கொணரவும்,
முருடான சொற்களுக்கு
யாப்பு உடை அணிவித்து
அழகு செய்யவும்.

VII

கவிதை ஓர் அழகி அல்ல,
கேள்வி கேட்காமலேயே
உங்கள் சட்டத்தை ஏற்றுக்கொள்ள.

தமிழில்: வ.ஜெயதேவன்

VIII

கவிதை, தண்ணீர் அல்ல,
நீங்கள் வைக்கும் பாத்திரத்தின்
வண்ணமாக அது ஆவதற்கு.

IX

கவிதை, ஒரு தாய் அல்ல
வாசலில் காலங்காலமாகக் காத்திருந்து,
நீங்கள் விரும்பியதை,
தெளிந்த பார்வையைக்கூடத்தான்
உங்களுக்கு அளிக்க.

X

கவிதை என்பது ஓர் ஓடை,
ஏனெனில், எவரது வழிகாட்டலும் தேவைப்படாமலும்
விரல் பற்றி அழைத்துச்செல்ல
எவருக்காகவும் காத்திராமலும்
மலையிலிருந்து கீழிறங்கிப் பயணிக்கிறது அது.

XI

கவிதை என்பது வாழ்க்கை,
விதியின் பாதங்களுக்கு முன்,
தலைவணங்கவும்
தன் விருப்பப்படி
வரவும் போகவும்.

- நிக்ஹாத் சகிபா (Nighat Sahiba)

* * *